तुम्हाला जर जग बदलायचं असेल तर,
आधी तुमचं अंथरूण आवरा.

मेक युअर बेड

मेक युअर बेड

तुमचं जीवन आणि कदाचित जगही बदलू
शकतील अशा छोट्या गोष्टी

विल्यम एच. मॅकरेव्हन

अनुवाद : डॉ. शुचिता नांदापूरकर-फडके

MANJUL
मंजुल पब्लिशिंग हाउस

First published in India by

MANJUL

Manjul Publishing House

Corporate and Editorial Office

•2nd Floor, Usha Preet Complex, 42 Malviya Nagar,
Bhopal 462 003 – India

Sales and Marketing Office

•C-16, Sector 3, Noida, Uttar Pradesh 201301, India
Website: www.manjulindia.com

Distribution Centres

Ahmedabad, Bengaluru, Bhopal, Kolkata, Chennai,
Hyderabad, Mumbai, New Delhi, Pune

Marathi translation of *Make Your Bed: Little things that can change your life ...and maybe the world* by William H. McRaven

Marathi edition first published in 2023
by Manjul Publishing House Pvt. Ltd.

ISBN: 978-93-5543-206-3

Marathi translation: Shuchita Nandapurkar-Phadke

Printed and bound in India by Parksons Graphics Private Limited.

बील, जॉन आणि केली या माझ्या तीन मुलांना.
कुठल्याही वडिलांना आपल्या मुलांचा
असाच अतोनात अभिमान वाटेल. तुम्ही या जगात असल्यामुळे
माझ्या आयुष्यातला प्रत्येक क्षण अधिक चांगला झाला आहे.

आणि, जॉर्जॲन – माझी पत्नी व सर्वोत्तम मैत्रीण –
तिच्यामुळेच माझी स्वप्नं सत्य होऊ शकली आहेत.

तुझ्याशिवाय मी इथवर पोहोचू शकलो नसतो.

अनुक्रमणिका

प्रस्तावना

१७ मे २०१४ रोजी युनिव्हर्सिटी ऑफ टेक्सास, ऑस्टिन इथून पदवीधर होणाऱ्या वर्गासमोर भाषण करण्याचा सन्मान मला लाभला. मी स्वतःच त्या युनिव्हर्सिटीचा विद्यार्थी असलो, तरी ज्याची कारकिर्द युद्धापायी निश्चित झाली आहे अशा माझ्यासारख्या सेनाधिकाऱ्याचं स्वागत कॉलेज-विद्यार्थ्यांकडून होईल की नाही याची मला शंका होती. आश्चर्य म्हणजे, पदवीधर होणाऱ्या त्या वर्गाने माझं भाषण उचलून धरलं. 'नेव्ही सील' प्रशिक्षणात मी जे दहा धडे गिरवले होते, ज्या आधारे मी ते भाषण केलं होतं, ते वैश्विक स्तरावर लोकांसाठी योग्य ठरतात. सीलचं प्रशिक्षण घेताना आमच्या ज्या परीक्षा घेतल्या जात त्यांतून बाहेर पडण्यासाठी गिरवलेले हे साधेसोपे धडे होते. परंतु तुम्ही कोणी का असेना. आयुष्यातल्या प्रत्येक आव्हानाशी दोन हात करताना हे सर्व दहा धडे तितकेच महत्त्वाचे ठरतात. गेल्या तीन वर्षांत, अनेक महान लोकांनी मला अगदी रस्त्यातसुद्धा थांबवून स्वतःच्या कथा ऐकवल्या आहेत - शार्क माशाला त्यांनी पाठ कशी दाखवली नाही, त्यांनी घंटा कशी वाजवली नाही, रोज सकाळी अंथरूण आवरण्याच्या सवयीचा फायदा त्यांना कठीण काळातून पुढे होताना कसा झाला आहे, इत्यादी. या दहा धड्यांनी माझ्या आयुष्याला कसा आकार दिला, माझ्या कारकिर्दीत मला कोणत्या लोकांनी प्रेरणा दिली ह्याबद्दल साऱ्यांनाच अधिक जाणून घ्यायची इच्छा होती. तीच पूर्ण करण्याचा प्रयत्न या छोट्याशा पुस्तकाच्या माध्यमातून करत आहे. प्रत्येक प्रकरणातून वैयक्तिक धड्याचा संदर्भ तर

दिला आहेच; शिवाय शिस्त, पाठपुरावा करण्याची वृत्ती, सन्मान आणि धाडस या गुणांयोगे ज्यांनी मला प्रेरित केलं आहे त्यांच्या संदर्भात छोटीशी कथाही आहे. तुम्हाला हे पुस्तक आवडेल अशी आशा करतो!

मेक युअर बेड

प्रकरण एक

*एका कार्याची पूर्तता करून आपल्या
दिवसाची सुरुवात करा.*

तुम्हाला जर जग बदलायचं असेल तर...

आपलं अंथरूण आवरून सुरुवात करा

'नेव्ही सील'चं प्राथमिक प्रशिक्षण देणाऱ्या बराकी एका तीन मजली इमारतीत आहेत. पॅसिफिक महासागरापासून शंभर यार्डांवर, कॅलिफोर्नियाच्या कोरोनॅडो बीचवर ही इमारत आहे. त्या इमारतीत एअर कंडिशनिंगची व्यवस्था नाही. रात्री खिडक्या उघड्या टाकल्या की, समुद्राची गाज आणि वाळूवर पसरणाऱ्या फेसाचा आवाज ऐकू येतो.

बराकीतल्या खोल्यांत कमीतकमी सामान होतं. ऑफिसरच्या खोल्यांत, इतर तीन वर्ग–सहाध्यायांबरोबर मी राहत होतो. तिथे चार पलंग आणि गणवेश (युनिफॉर्म) अडकवायला एक कपाट होतं. पहाटे बराकीत माझ्या नेव्हीच्या अंथरुणातून बाहेर पडून मी ताबडतोब ते आवरायला लागे. दिवसाचं माझं ते पहिलं काम असे. त्या दिवशी, माझा युनिफॉर्म अगदी बारकाईने तपासला जाईल, लांबवर पोहावं लागेल, त्याहून अधिक धावावं लागेल, अडथळ्यांच्या शर्यती पार पाडाव्या लागतील, सीलच्या प्रशिक्षकांकडून छळ केला जाईल हे मला सातत्याने ठाऊक असे.

प्रशिक्षकाने खोलीत प्रवेश करताच वर्गनेता लेफ्टनंट ज्युनिअर ग्रेड डॅनिअल स्टीवर्ड यांनी आज्ञा दिली 'अटेन्शन!' दोन्ही टाचा जुळवत मी पलंगाच्या पायाशी ताठ उभा राहिलो. चीफ पेटी ऑफिसर माझ्या दिशेने आले. त्यांच्या चेहऱ्यावर कठोर भाव होते. माझ्या गणवेशाच्या हिरव्या हॅटच्या स्टार्चपासून त्यांनी पाहणीला सुरुवात केली. हॅटच्या आठही बाजू कडक आणि योग्यरीत्या मुडपल्याची खात्री करून घेतल्यावर त्यांनी मला नखशिखान्त न्याहाळायला सुरुवात केली. माझ्या युनिफॉर्मचा प्रत्येक इंच ते तपासत होते. शर्ट आणि पॅन्टच्या इस्त्रीच्या घड्या एका रांगेत होत्या की नाही? पट्ट्यावरचा पितळी बिल्ला आरशासारखा चमकतो आहे की नाही? माझ्या बुटांचं पॉलिश व्यवस्थित असून त्यात त्यांना त्यांच्या बोटाचं प्रतिबिंब दिसत आहे की नाही? सील प्रशिक्षणार्थीच्या दृष्टीने अपेक्षित उच्च

गुणवत्ता मी पूर्ण केल्याचं समाधान झाल्यावर ते माझ्या पलंगाची पाहणी करायला पुढे झाले.

खोलीइतकाच पलंगही साधा होता. एक स्टीलची चौकट, त्यावर एक गादी. अंथरुणावरच्या चादरीवर आणखी एक चादर. पायालगत ठेवलेलं लोकरी ब्लँकेट गादीखाली व्यवस्थित खोचलेलं. सॅन डिएगोच्या थंड संध्याकाळी त्यातून पुरेशी ऊब मिळत होती. दुसऱ्या ब्लँकेटची नीटनेटकी आयताकृती घडी पलंगाच्या पायाशी होती. 'लाइट हाउस फॉर द ब्लाइंड'ने तयार केलेली एक उशी पलंगाच्या वरच्या बाजूला, मध्यावर ठेवली होती. पायालगतच्या ब्लँकेटशी तिचा ९०° कोन साधला गेला होता. हे प्रमाणित होतं. याचं तंतोतंत पालन करणं आवश्यक होतं आणि त्यात तसूभरही फरक झाला, तर समुद्रात अंग ओलं करून त्यानंतर किनाऱ्यावर वाळूत गडाबडा लोळावं लागत असे. जोवर हे करणारी व्यक्ती वाळूने नखशिखान्त माखत नसे तोवर लोळत राहावं लागे. अशा व्यक्तीला 'शुगर कुकी' (साखरेचं बिस्किट) म्हटलं जाई. मी अविचल उभा होतो. नजरेच्या कोपऱ्यातून मला प्रशिक्षक दिसत होते. त्यांनी माझ्या अंथरुणाकडे बारकाईने पाहत खाली वाकून पलंगाचे कोपरे, ब्लँकेटची घडी आणि उशी यांच्यातला कोन तपासला. शेवटी, खिशातून 'पेनी'चं नाणं काढून हवेत बरेचदा उलटपालट केलं. पलंग व्यवस्थित आवरला आहे की नाही याची शेवटची चाचणी ते आता घेणार आहेत हे मला माहीत होतं. हातातलं नाणं त्यांनी हवेत फेकलं. ते अलगद पलंगावर आदळलं. त्यानंतर, ते नाणं गादीवरून काही इंच वर उसळलं, प्रशिक्षकाच्या हातात पडण्याइतकं उंच.

गर्रकन वळत, माझ्या डोळ्यांत डोळे घालून प्रशिक्षकाने मान डोलावली. त्यांनी चकार शब्दही उच्चारला नव्हता. माझं अंथरूण योग्य प्रकारे आवरल्याने मला काही शाबासकीची थाप मिळणार नव्हती. माझ्याकडून ते तसं आवरलं जाणं अपेक्षितच होतं. ते माझं दिवसातलं पहिलं काम होतं आणि ते योग्य पद्धतीने करणं महत्त्वाचं होतं. त्यातून माझी शिस्त दिसत होती. प्रत्येक लहानसहान गोष्टीकडे लक्ष देण्याची वृत्ती दिसत होती. कितीही छोटीशी का असेना, पण एक गोष्ट मी अतिशय सुंदर प्रकारे पार पाडल्याचं, अभिमान वाटावा अशा पद्धतीने केल्याचं स्मरण मला दिवसाच्या शेवटी त्यातूनच होणार होतं.

नेव्हीमध्ये असताना प्रत्येक दिवशी मी सातत्याने अंथरूण उत्तम प्रकारे आवरत आलो आहे. यूएसएस ग्रेबॅक या स्पेशल ऑपरेशनसाठी असलेल्या सबमरीनवर मी एक तरुण सील ऑफिसर होतो. माझी रवानगी आजाऱ्यांसाठीच्या कक्षात झाली होती. तिथे चार मजली पलंग होते. जे वृद्ध डॉक्टर तिथली व्यवस्था पाहत त्यांचा आग्रह होता की, मी माझं अंथरूण रोज सकाळी आवरलंच पाहिजे. अंथरुणं जर आवरलेली नसतील, खोली स्वच्छ नसेल, तर खलाशांनी उत्तम वैद्यकीय सेवेची अपेक्षा तरी कशी ठेवायची असं त्यांचं म्हणणं होतं. नंतर माझ्या लक्षात आलं की, स्वच्छता आणि नीटनेटकेपणाची भावना सैनिकी जीवनाच्या प्रत्येक घटकात आढळते.

त्यानंतर तीस वर्षांनी न्यू यॉर्क सिटीमध्ये ट्विन टॉवर्स कोसळले. पेन्टॅगॉनवर हल्ला झाला. पेन्सिल्व्हेनियावरून जाणाऱ्या विमानात शूर अमेरिकनांचा मृत्यू झाला.

हे हल्ले होत असताना मी घरी होतो. पॅराशूटच्या एका गंभीर अपघातातून मी बरा होत होतो. हॉस्पिटलचा पलंग माझ्या सरकारी निवासस्थानात आणण्यात आला. बहुतांशी दिवस मी आडवा पडून घालवत होतो. बरं होण्याचा माझा प्रयत्न सुरू होता. काय वाट्टेल ते झालं तरी त्या पलंगावरून उठायची माझी इच्छा होती. प्रत्येक सीलप्रमाणे मीसुद्धा युद्धात माझ्या सहयोद्ध्यांच्या जोडीने उतरू इच्छित होतो.

कुणाच्याही मदतीशिवाय पलंगावरून उठण्याइतकं बरं झाल्यानंतर सर्वांत पहिले मी काय केलं असेल तर माझं अंथरूण आवरलं. पलंगावरची चादर चारही बाजूंनी व्यवस्थित खोचली, उशी नीट ठेवली, माझ्या घरी येणाऱ्या प्रत्येकाला तो हॉस्पिटलचा पलंग नीट आवरलेला दिसेल याची काळजी घेतली. माझ्या जखमा बऱ्या झाल्या असून आयुष्यात आता पुढे जायला मी तयार आहे हे दाखवण्याची माझी ती पद्धत होती.

९/११ नंतर अवघ्या चार आठवड्यांत माझी बदली व्हाइट हाउसमध्ये झाली. पुढची दोन वर्षं मी तिथंच नव्याने आकाराला आलेल्या 'ऑफिस ऑफ कॉम्बॅटिंग टेररिझम' (दहशतवादाविरुद्ध सामना करणारी तुकडी) इथे होतो. ऑक्टोबर २०१३मध्ये मी इराकच्या बगदाद विमानतळावरच्या आमच्यासाठी उभारण्यात आलेल्या तात्पुरत्या मुख्यालयात होतो. पहिले काही महिने आम्ही पायदळाच्या (आर्मी) पलंगांवर झोपत होतो. तरीसुद्धा,

रोज सकाळी, उठल्याबरोबर मी माझी स्लीपिंग बॅग गुंडाळून, पलंगाच्या वरच्या भागात उशी नीट ठेवून मगच रोजच्या तयारीला लागत असे.

डिसेंबर २००३मध्ये यूएसच्या सैन्याने सद्दाम हुसेन यांना ताब्यात घेतलं. आम्ही त्यांना एका छोट्याशा खोलीत ठेवलं होतं. तेसुद्धा आर्मीच्या पलंगावर झोपायचे, त्यांना ब्लँकेट आणि चादरी पुरवण्यात आल्या होत्या. दिवसातून एकदा मी सद्दामना भेट देत असे. माझे सैनिक त्यांची नीट काळजी घेत असल्याची खात्री करून घेत असे. सद्दाम आपलं अंथरूण आवरत नसत हे पाहून मला नवल वाटलं. त्यांच्या चादरी आणि पांघरुणं पायाशी चुरगळलेल्या अवस्थेत पडलेली असत. ते नीटनेटकं करण्याचा त्यांचा मानस फारच क्वचित दिसे.

या देशात जन्म घेतलेल्या अनेक स्त्री-पुरुषांबरोबर काम करण्याचं सौभाग्य मला पुढच्या दहा वर्षांत लाभलं - यात जनरल्सपासून प्रायव्हेट, ॲडमिरल्सपासून खलाशी, राजदूतांपासून क्लार्क आणि टायपिस्ट अशा सर्वांचाच समावेश होता. या महान राष्ट्राचं संरक्षण करण्यासाठी, स्वेच्छेने, मोठा त्याग करत अनेक अमेरिकन पुढे आले, त्यांना नौदलात घेण्यात आलं.

आयुष्य खडतर असून आपल्या दिवसाची जी निष्पत्ती असते, त्यात बदल करण्याच्या दृष्टीने आपण क्वचितच काही करू शकतो हे साऱ्यांना समजत होतं. युद्धात सैनिक मरतात, कुटुंबं शोक करतात, लांबलचक दिवस चिंतातुर क्षणांनी व्यापलेले असतात. शांतता मिळावी, दिवसाची सुरुवात करायला प्रेरणा मिळावी, अनेकदा कुरूप असणाऱ्या या जगात अभिमानाची जाणीव जागवावी - अशा कशाचातरी शोध प्रत्येकालाच असतो. हे फक्त युद्धातच होतं असं नाही, तर रोजच्या दिवसातसुद्धा हीच भावना गरजेची असते. आपल्या श्रद्धेपायी मिळणाऱ्या सामर्थ्य आणि आरामाची तुलना कशाशीच होऊ शकत नाही, तरीसुद्धा अंथरूण आवरण्यासारख्या छोट्याशा कृतीतून अनेकदा आपल्याला दिवसाची सुरुवात करण्यासाठी प्रेरणा लाभते. दिवसाच्या शेवटी समाधान प्राप्त होतं.

तुम्हाला जर तुमचं आयुष्य आणि कदाचित हे जगसुद्धा बदलायचं असेल तर - अंथरूण आवरून सुरुवात करा!

प्रकरण दोन

तुम्ही एकट्याने करू शकत नाही.

तुम्हाला जर जग बदलायचं असेल तर...

वल्हं मारायला मदत करेल
असं कोणीतरी शोधा.

सील प्रशिक्षण घेताना अगदी सुरुवातीलाच टीम वर्कचं मोल मी जाणलं. कठीण कामातून पुढे होताना दुसऱ्या कोणावरतरी विसंबण्याचं मोल माझ्या लक्षात आलं. आमच्यातले जे पोरसवदा बेडूक होते, जे नेव्हीचे उत्तम बेडूक बनू पाहत होते, त्यांना हा महत्त्वाचा धडा शिकवण्याकरता दहाफुटी रबरी राफ्ट वापरण्यात येई.

सील प्रशिक्षणाच्या पहिल्या टप्प्यात आम्ही जिथे जाऊ तिथे आम्हाला हा राफ्ट उचलून न्यावा लागे. बराकीतून निघून, हायवेवरून, हॉलपर्यंत जाताना आम्ही तो डोक्यावर उचलून धरलेला असे. कोरोनाडोच्या वाळूच्या पुळणीवरून धावताना आम्ही तो पिशवीसारखा धरत असू. किनाऱ्यालगत, उत्तरेकडून दक्षिणेकडे, खळखळत्या लाटांमधून, आम्ही सात जण, ती रबरी बोट तिच्या गंतव्य स्थानी पोहोचवण्यासाठी सातत्याने एकत्र हालचाली करत ती वल्हवत असू.

राफ्टबरोबरच्या या प्रवासात आम्ही आणखी काही शिकलो. अधूनमधून, आमच्या बोटीतलं कुणीतरी आजारी किंवा घायाळ असायचं, अशा वेळेस, त्याच्याकडून १००% योगदान दिलं जात नसे. अनेकदा, प्रशिक्षणापायी मी अतोनात थकून जाई, कधी सर्दी होई, कधी ताप येई. अशा दिवशी, इतर सदस्य माझ्या हिश्श्याचं काम करत. ते अधिक जोमाने वल्हं मारत. ते अधिक खोलवर वल्हं नेत. माझी ताकद भरून निघावी म्हणून ते त्यांच्यातला खाण्याचा हिस्सा मला देत. नंतर प्रशिक्षणादरम्यान संधी मिळताच मी त्यांच्या उपकाराची परतफेड केली. त्या लहानशा रबरी बोटीने आम्हाला शिकवलं की, हे प्रशिक्षण कुणीही माणूस एकटादुकटा पार पाडू शकत नाही. कुणीही सील एकटा युद्ध करू शकत नाही. आयुष्यातल्या कठीण काळात मदत करण्यासाठी आपल्याला लोकांची गरज असतेच.

पश्चिम किनाऱ्यावर जेव्हा सर्व सीलचा अधिकारी म्हणून २५ वर्षांनी मी उभा होतो तेव्हा मला अशा मदतीची निकड सर्वाधिक भासली.

कोरोनॅडो इथल्या नेव्हल स्पेशल वॉरफेअर ग्रूप वनचा मी कमोडोर होतो. नेव्हीचा कॅप्टन म्हणून तोवर मी सीलच्या माध्यमातून जगभरात काही दशकं घालवली होती. नेहमीप्रमाणे, पॅराशूट उडीचा सराव करायला मी सज्ज झालो होतो. तिथूनच सारं काही चुकत गेलं.

त्या उडीसाठी आम्हाला न्यायला हर्क्युलसचं सी-१३० विमान बारा हजार फूट उंचीवर पोहोचलं होतं. बाहेर नजर टाकल्यावर आम्हाला कॅलिफोर्नियातल्या सुंदर दिवसाचं दर्शन घडत होतं. आकाशात एकही ढग नव्हता. पॅसिफिक महासागर शांत होता. काही मैल दूर असलेली मेक्सिकोची सीमा आम्हाला त्या उंचीवरून सहजच दिसत होती.

'सज्ज!' जंप मास्टरने आवाज दिला. मी रॅम्पच्या टोकावर आलो. मला खाली थेट जमीन दिसत होती. जंप मास्टरने माझ्या डोळ्यांत पाहत, हसून जोरात पुकारा केला, "गो, गो, गो!" मी विमानातून खाली उडी घेतली. हातपाय पूर्णपणे फाकवत किंचित मागे घेतले. विमानातल्या प्रॉपेलरच्या झोताने मी पुढच्या बाजूला झुकलो. दोन्ही हातांनी हवेचा आधार घेत मी स्वतःला समतल केलं.

मी लगेचच माझा अल्टीमीटर तपासला. मी गिरक्या घेत नाही ना, दुसरा कोणी उडी घेणारा माझ्या फार जवळ नाही ना याची खात्री करून घेतली. पुढच्या वीस सेकंदांनंतर मी ५,५०० फुटांवर होतो.

अचानक, मी खाली पाहिलं; तर दुसरा एक उडी घेणारा माझ्या नेमका खाली आला होता. तो माझ्या जमिनीवर उतरण्याच्या मार्गावर होता. त्याने त्याच्या पॅराशूटची दोरी ओढली. त्याच्या पाठीवरच्या पिशवीतून मुख्य पॅराशूट बाहेर आलेलं मला दिसलं. त्या क्षणी, मी हात शरीरालगत घेत, डोकं खाली घेण्याचा प्रयत्न केला. त्याच्या उघडणाऱ्या पॅराशूटपासून स्वतःला वाचवायचा माझा प्रयत्न होता, पण उशीर झाला होता.

एखाद्या एअरबॅगप्रमाणे त्या उडी घेणाऱ्याचं पॅराशूट माझ्या समोर भसकन उघडलं. ताशी १२० मैल वेगाने ते माझ्यावर आदळलं. मी मुख्य छत्रीतून उसळी घेत गिरक्या घेऊ लागलो. माझ्यावर झालेल्या आघातानंतर माझी शुद्ध जवळपास हरपली होती. काही सेकंद मी निव्वळ कोलांट्या खात

होतो, स्वतःला स्थिर करण्याचा प्रयत्न करत होतो. मला माझं अल्टीमीटर दिसत नव्हतं, त्यामुळेच मी किती खाली आलो आहे हेही कळत नव्हतं.

अभावितपणे मी माझ्या पॅराशूटची दोरी धरून ओढली. पाठीवरच्या छोट्याशा पिशवीतून पॅराशूट बाहेर पडलं. परंतु माझ्या कोलांट्यांपायी ते माझ्या पायांभोवती गुंडाळलं गेलं. मी स्वतःला त्यातून सोडवण्याचा जितका जास्त प्रयत्न करू लागलो तितकी परिस्थिती अधिक विपरीत होऊ लागली. मुख्य पॅराशूट सरतेशेवटी अर्धवट उघडलं, परंतु माझा दुसरा पायही आता त्यात गुंडाळला गेला होता.

आकाशाच्या दिशेने मान वर करून पाहिलं असता माझे दोन्ही पाय दोन दोऱ्यांत वेगळे जखडल्याचं मला दिसलं. माझ्या पाठीवरच्या हार्नेसशी मुख्य पॅराशूट लांबलचक नायलॉन दोऱ्यांनी जोडलेलं होतं. त्यातली एक दोरी एका पायाभोवती तर दुसरी दोरी दुसऱ्या पायाभोवती गुंडाळली गेली होती. मुख्य पॅराशूट आता पाठीवरच्या पिशवीतून बाहेर पडून पूर्ण उघडून माझ्या शरीरावर कुठेतरी लटकत होतं.

त्या जीवघेण्या तिढ्यातून सुटण्याचा माझा आटोकाट प्रयत्न चाललेला असतानाच त्या छत्रीने माझं शरीर उचलल्याचं माझ्या लक्षात आलं. छत्री पूर्ण उघडू लागली. पायांकडे पाहताच पुढे काय होणार ते माझ्या लक्षात आलं.

पुढच्या काही क्षणांत छत्रीत वारं भरलं. दोन्ही पायांभोवती गुंडाळल्या गेलेल्या दोन्ही दोऱ्या अचानक वेगाने एकमेकींपासून दूर खेचल्या जाऊ लागल्या, त्यासोबत माझे पायही अधिकाधिक फाकले जाऊ लागले. त्या आवेगापायी माझ्या कमरेखालच्या भागावर आघात होऊन कटिअस्थीची हाडं विलग होऊ लागली. कमरेखालच्या भागाला शरीराशी जोडणारे हजारो स्नायू त्यांच्या सांध्यापासून तटातट तुटू लागले. मी बेंबीच्या देठापासून किंचाळलो. सगळ्या मेक्सिकोमध्ये माझी किंकाळी ऐकू गेली असणार. माझ्या शरीरभर, कमरेकडच्या भागापासून डोक्याकडे असह्य वेदनेच्या लाटा उसळू लागल्या. कमरेवरच्या भागातले स्नायू जखडले जाऊ लागले. त्यापायी हातापायांतल्या वेदनांमध्ये पुन्हा वाढ झाली. अचानक, मी जणू त्या शरीरात नसल्यागतच मला स्वतःच्याच किंचाळण्याची जाणीव झाली. मी स्वतःवर नियंत्रण ठेवण्याचा प्रयत्न केला पण वेदना असह्य होत्या.

अद्यापि, मी कोलांट्या घेत होतोच. त्याच अवस्थेत मी स्वतःला सरळ केलं, त्यायोगे माझ्या पाठीवरचा आणि कमरेखालचा ताण थोडासा कमी झाला.

१५०० फूट.

पॅराशूट उघडण्यापूर्वी मी ४००० फूट खाली कोसळलो होतो. माझ्या डोक्यावर पूर्ण उघडलेली छत्री होती ही चांगली गोष्ट होती. ती उघडण्यापायी माझी मोडतोड झाली होती ही वाईट गोष्ट होती.

मी जिथे उतरणं अपेक्षित होतं तिथून दोन मैल दूर जाऊन कोसळलो. अवघ्या काही मिनिटांत त्या ड्रॉपच्या झोनचा कर्मचारीवर्ग आणि ॲम्ब्युलन्स तिथे येऊन पोहोचली. सॅन डिएगो इथल्या ट्रॉमा हॉस्पिटलमध्ये मला ताबडतोब हलवण्यात आलं. दुसऱ्या दिवशी माझ्यावर शस्त्रक्रिया झाली. त्या अपघाताने माझ्या कमरेखालचा भाग जवळपास पाच इंच फाटला होता. पोटाचे स्नायू कटिअस्थीपासून विलग झाले होते. बसलेल्या धक्क्याने पाठीतले आणि पायातले स्नायू अतिशय दुखावले गेले होते. माझ्या कमरेखालच्या भागात मोठी टायटेनिअमची प्लेट स्क्रूने बसवण्यात आली. मला स्थैर्य मिळावं म्हणून पाठीमध्ये लांब स्कॅप्युलर स्क्रू बसवण्यात आला.

माझी कारकिर्द संपल्याच्याच या खुणा होत्या. सील म्हणून परिणामकारकरीत्या काम करण्यासाठी शारीरिक तंदुरुस्ती अत्यावश्यक असते. पुनर्वसनामध्ये माझे कैक महिने, कदाचित वर्षं गेली असती. कर्तव्यासाठी मी तंदुरुस्त आहे की नाही हे निश्चित करण्याकरता नेव्हीकडून वैद्यकीय मूल्यमापन केलं जाणार होतं. सात दिवसांनी मी हॉस्पिटलमधून बाहेर पडलो. पण पुढचे दोन महिने मी घरीच अंथरुणाला खिळलो होतो.

मी अजिंक्य असल्याची भावना आयुष्यभर जोपासली होती. माझ्यात जन्मजात असणाऱ्या ॲथलेटिक क्षमतांमुळे कुठल्याही विपरीत परिस्थितीतून मी बाहेर येईन असा मला ठाम विश्वास होता, तोवर तो योग्यही होता. माझ्या कारकिर्दीत मी भयावह प्रसंगांना सामोरा गेलो होतो – दुसऱ्या पॅराशूटवर हवेतच आदळलो होतो; नियंत्रण सुटलेल्या मिनीसबमधून खाली आलो होतो; एका ऑइल रीगमधून जवळपास शेकडो फूट कोसळलो

होतो; बुडणाऱ्या बोटीखाली अडकलो होते; वेळेपूर्वीच झालेल्या स्फोटात अडकलो होतो; अगणित प्रसंगांत मी अडकलो होतो – निमिषाभराच्या फरकाने जीवन-मरणातलं अंतर निश्चित केलं होतं. प्रत्येक वेळेस, कसा कोण जाणे पण मी योग्य निर्णय घेतला होता. प्रत्येक वेळेस, समोर असणाऱ्या आव्हानावर मात करण्याइतकी शारीरिक तंदुरुस्ती माझ्यात होती. आता मात्र तसं होणार नव्हतं.

अंथरुणात पडल्यावर मला स्वतःची कीव तेवढी वाटली – फार दिवस नाही. माझी पत्नी जॉर्जअॅनकडेच माझ्या शुश्रूषेचं काम सोपवण्यात आलं होतं. माझ्या जखमा स्वच्छ करणं, वेळेवर औषधं देणं, बेडपॅन देणं ही सगळी कामं तिनेच केली. सगळ्यात महत्त्वाचं म्हणजे, मी कोण आहे याचं ती मला वारंवार स्मरण देत राहिली. आयुष्यात मी कधीही हार मानली नव्हती. आताही मी तशी मानणार नाही याची खात्री तिनेच मला दिली. तिने मला स्वतःची कीव करू दिली नाही. मला अशाच कठोर प्रेमाची आवश्यकता होती. दिवसागणिक, माझी तब्येत सुधारू लागली.

माझे मित्रमैत्रिणी सतत घरी येत होते, फोन करत होते, जमेल तशी आणि लागेल ती मदत करत होते. सीलमध्ये काम करत राहण्याची क्षमता माझ्यात आहे की नाही या संदर्भात होणाऱ्या नेव्ही मेडिकल मूल्यमापनाच्या धोरणातून माझे बॉस अॅडमिरल एरीक ओल्सोन यांनी मार्ग शोधून काढला. त्यांच्या आधारामुळेच माझी कारकिर्द वाचली असं म्हणावं लागेल.

सील टीम्समध्ये काम करताना मला अनेकदा तडाखे बसले होते. प्रत्येक वेळेस, कुणीतरी पुढे येऊन मला मदत केली – माझ्या क्षमतेवर विश्वास ठेवणारं कोणी; इतर कोणालाही न दिसणारी संभाव्यता पाहणारं कोणी; माझी कारकिर्द पुढे चालावी म्हणून स्वतःचा नावलौकिक पणाला लावणारं कोणी. या लोकांचं विस्मरण मला कधीही झालेलं नाही. मी आयुष्यात जे काही प्राप्त केलं ते मला या मार्गावर मदत करणाऱ्यांमुळेच; याची सदैव जाणीव आहे.

आपल्या प्रत्येकाच्याच आयुष्यात काहीतरी दुर्दैवी क्षण येतात. कोणीच त्याला अपवाद नाही. प्राथमिक शिक्षण घेताना आम्हाला जी लहान रबरी बोट चालवावी लागे, ती गंतव्य स्थानापर्यंत नेण्याकरता चांगल्या लोकांची

टीम असणं गरजेचं होतं. आयुष्याचंही तसंच असतं. आपण आपली बोट एकट्याने वल्हवू शकत नाही. आपल्या बरोबरीने आयुष्य जगायला कोणालातरी शोधायलाच हवं. शक्य तितके मित्रमैत्रिणी जोडा. तुमचं यश इतरांवर अवलंबून असतं याचं विस्मरण कधीही होऊ देऊ नका.

प्रकरण तीन

तुमचं हृदय किती मोठं आहे
हेच तेवढं महत्त्वाचं.

तुम्हाला जर जग बदलायचं असेल तर...

व्यक्तीचं मूल्यमापन तिचं हृदय किती मोठं आहे यावरून करा

I

उजव्या काखोटीला काळे रबरी फ्लीपर्स आणि डाव्या हातात मास्क धरून मी किनाऱ्याकडे पळालो. परेडच्या जागी आल्यावर हातातल्या फ्लीपर्स मऊ रेतीवर ठेवत मी त्यांचा 'टी' आकार केला. माझ्या डावी-उजवीकडे इतर विद्यार्थी उभे होते. सगळ्यांच्या अंगावर हिरवे टी-शर्ट्स, खाकी स्विमिंग ट्रंक्स, नियोप्रीनचे बूट आणि अंगात लहानसं लाइफ जॅकेट होतं. सकाळच्या रोजच्या दोन मैलांच्या पोहोण्यासाठी आम्ही सज्ज होत होतो.

आमचं लाइफ जॅकेट फारच छोटं होतं. त्याचं हँडल ओढल्यावरच त्याची रबरी पिशवी फुगत असे. एखाद्या प्रशिक्षणार्थीवर लाइफ जॅकेट वापरण्याची वेळ येणं नामुष्कीचं समजलं जाई. तरीसुद्धा, प्रत्येक पोहोण्याच्या सरावापूर्वी सीलच्या प्रशिक्षकांनी प्रत्येक लाइफ जॅकेटची तपासणी करणं अत्यावश्यक होतं. ही तपासणी करताना त्यांना प्रशिक्षणार्थींना छळण्याची आणखी एक संधी मिळत असे.

त्या दिवशी कोरोनॅडोच्या किनाऱ्यावर लाटा जवळपास आठ फूट उंच उसळत होत्या. तीन-तीनच्या जोडीने लाटा येत होत्या. ती भयानक गाज ऐकून प्रत्येक विद्यार्थ्याच्या हृदयाचा ठोका चुकत होता. प्रत्येकाची तपासणी करत प्रशिक्षक रांगेत माझ्या उजवीकडे असणाऱ्या विद्यार्थ्यासमोर येऊन उभे राहिले. तो विद्यार्थी दर्यावर्दी म्हणून नेव्हीमध्ये नव्यानेच दाखल झाला होता. त्याची उंची पाच फूट चार इंच होती. सील प्रशिक्षक हे सहा फूट दोन इंच उंच, व्हिएतनामच्या युद्धात अनेक पदकं प्राप्त केलेले धिप्पाड अधिकारी होते. त्यांच्या समोर तो विद्यार्थी फारच खुजा दिसत होता.

त्याच्या लाइफ जॅकेटची तपासणी केल्यानंतर प्रशिक्षकाने डावीकडे उसळणाऱ्या लाटांकडे नजर टाकली. खाली झुकत, त्या तरुण दर्यावर्दीचे

फ्लीपर्स हातात घेत, ते त्याच्या चेहऱ्यापाशी आणून त्यांनी शांतपणे विचारलं, ''तुला खरोखरच या टीममधला फ्रॉगमॅन व्हायचं आहे का?''

तो दर्यावर्दी तसाच ताठ उभा राहत, ठाम स्वरात ओरडला, ''प्रशिक्षक, हो, मला नक्कीच व्हायचं आहे!'' त्याच्या नजरेत उघड विरोध होता. त्याचे फ्लीपर्स त्याच्या तोंडासमोर नाचवत प्रशिक्षक म्हणाले, ''तू छोटासा माणूस आहेस. या लाटा तुझे दोन तुकडे करतील.'' किंचित थबकून महासागराकडे पाहत ते पुढे म्हणाले, ''जखमी होण्यापूर्वी तू माघार घेण्याचा विचार करायला हवास.''

त्या विद्यार्थ्याचा जबडा आवळल्याचं मला नजरेच्या कोपऱ्यातून दिसत होतं.

प्रत्येक शब्द ठामपणे उच्चारत त्याने उत्तर दिलं, ''मी माघार घेणार नाही!'' हे ऐकताच पुढे झुकत प्रशिक्षकाने त्याच्या कानात काहीतरी सांगितलं. खळबळणाऱ्या लाटांमुळे मला ते ऐकू आलं नाही.

प्रशिक्षकाच्या मनाप्रमाणे सर्व प्रशिक्षणार्थींची तपासणी झाल्यानंतर आम्हाला पाण्यात उतरण्याचा हुकूम झाला. आमचं पोहणं सुरू झालं. तासाभरानंतर, मी जेव्हा माझं पोहणं संपवून परत आलो तेव्हा तो तरुण दर्यावर्दी किनाऱ्यावर उभा होता. त्याने सर्वप्रथम पोहणं पूर्ण केलं होतं. प्रशिक्षक त्याच्या कानात काय कुजबुजले होते हे मी त्याला थोड्या वेळाने विचारलं. तो हसून अभिमानाने म्हणाला, ''मी चुकतो आहे हे सिद्ध कर!''

सीलचं प्रशिक्षण हे नेहमीच काहीतरी सिद्ध करून दाखवण्यासाठी होतं. आकार महत्त्वाचा नाही हे सिद्ध करणं. त्वचेचा वर्ण महत्त्वाचा नाही हे सिद्ध करणं. पैशामुळे तुम्ही अधिक चांगले होत नाही हे सिद्ध करणं. निग्रह आणि निश्चय हे बुद्धीपेक्षा अधिक महत्त्वाचे आहेत हे सिद्ध करणं. प्रशिक्षण सुरू होण्यापूर्वी वर्षभर हा धडा शिकायला मिळणं हे माझं सुदैव होतं.

सॅन डिएगोच्या उपनगरात जाण्यासाठी मी बसमध्ये चढलो. कोरोनॅडोच्या उपसागरापल्याड असणाऱ्या सील मूलभूत प्रशिक्षण केंद्राला भेट देण्याच्या कल्पनेने मी उत्तेजित झालो होतो. नेव्हल रिझर्व्ह ऑफिसर्स ट्रेनिंग कॉर्प

(आरओटीसी) प्रोग्रामचा भाग असणाऱ्या उन्हाळी क्रुझमध्ये मी 'फर्स्ट क्लास मिडशिपमन' म्हणून दाखल झालो होतो. म्हणजेच, कॉलेजच्या ज्युनिअर आणि सीनिअर वर्षादरम्यान मी होतो. सारं व्यवस्थित पार पडलं, तर पुढच्या उन्हाळ्यात कमिशन मिळून सील प्रशिक्षणासाठी रवाना होण्याची मला आशा होती. तो आठवड्याचा मधला वार होता. माझ्या आरओटीसी शिक्षकाने त्या दिवशी बंदरात उभ्या असलेल्या जहाजावरच्या नियोजित प्रशिक्षणातून मला सुट्टी देऊन कोरोनॅडोला जाण्याची अनुमती दिली होती.

सुप्रसिद्ध हॉटेल डेल कोरोनॅडोबाहेर मी बसमधून उतरलो. किनाऱ्यालगत असणाऱ्या नेव्हल ॲम्फिबियस बेसपर्यंतचा मैलभराचा रस्ता मी चालू लागलो. माझ्या दोन्ही बाजूंना कोरीयन युद्धातल्या जतन करण्याजोग्या अनेक इमारती होत्या. इथेच, अंडरवॉटर डिमॉलिशन टीम्स इलेव्हन ॲन्ड ट्वेल्व्ह स्थित होत्या. यथातथा वाटणाऱ्या त्या विटांच्या एकमजली इमारतीबाहेर एक मोठा लाकडी फलक होता. त्यावर 'फ्रेडी द फ्रॉग' असं लिहिलं होतं. एका भल्या मोठ्या हिरव्या रंगाच्या, पंजामध्ये पडदे असणाऱ्या जलचर प्राण्याचं चित्रं तिथे दाखवलं होतं. त्याच्या हातात टीएनटी स्टिक होती. तो सिगार ओढत होता. वेस्ट कोस्ट फ्रॉगमेनचं हे निवासस्थान होतं. हे तेच मास्क आणि फीन धारण करणारे निडर योद्धे होते ज्यांच्या लष्करी पूर्वजांनी आयवो जिमा, तरावा, गूआम आणि इन्कॉनचे किनारे मोकळे केले होते. माझ्या हृदयाची धडधड थोडीशी वाढली. वर्षभरानंतर मी अगदी इथेच येऊ इच्छित होतो.

अंडरवॉटर डिमॉलिशन टीमचं ऑफिस ओलांडून मी पुढे गेलो. पुढची इमारत सील टीम वनची होती. त्या वेळेस, जंगलयुद्ध करणाऱ्या नव्या चमूची नुकतीच सुरुवात झाली होती. व्हिएतनामच्या युद्धात लष्करातले सर्वांत खंबीर सैनिक म्हणून त्यांनी लौकिक कमावला होता. तिथे आणखी एक मोठं लाकडी चिन्ह दिसत होतं. त्यावर 'सॅमी द सील' काढला होता. त्याच्या एका हातात खंजीर आणि खांद्यावर गडद रंगाचा बुरखा होता. पुढे मला समजणार होतं की फ्रॉगमेन आणि सील हे दोन्ही एकच आहेत. ते सगळे सीलचे पदवीधर होते, मनातून ते सगळे फ्रॉगमेन होते.

सरतेशेवटी, त्या समुद्रकिनारी असणाऱ्या त्या नेव्हल बेसच्या शेवटच्या सरकारी इमारतीशी मी पोहोचलो. इमारतीच्या बाहेरच्या

बाजूला लिहिलं होतं – 'बेसिक अंडरवॉटर डिमॉलिशन सील ट्रेनिंग'. मुख्य प्रवेशद्वाराबाहेर, त्यांच्या भोवती हायस्कूलमधल्या दर्यावर्दी होऊ इच्छिणाऱ्या विद्यार्थ्यांचा वेढा पडला होता. सीनिअर चीफ पेटी ऑफिसर डीक रे हे सहा फूट तीन इंच उंच होते. रुंद खांदे, निमुळती कंबर, रापलेलं शरीर आणि गडद बारीक मिशी, असं त्यांचं रूप म्हणजे एखाद्या सीलने कसं दिसावं याचं मूर्तिमंत उदाहरण होतं. त्यांच्या बाजूला चीफ पेटी ऑफिसर जीन वेन्स उभे होते. तेही सहा फुटांहून अधिक उंच होते. कमावलेले दंड, मजबूत शरीरयष्टी आणि डोळ्यांतली जरब प्रत्येकाला विशिष्ट अंतरावर राहायची खूण करत होती.

इच्छुक विद्यार्थ्यांना इमारतीत नेण्यात आलं. थोडीशी धाकधूक बाळगत मीही त्यांच्या मागून आत शिरून समोरच्या डेस्कपाशी थांबलो. तिथे बसलेल्या तरुण दर्यावर्दीला मी माझी पार्श्वभूमी सांगितली. युनिव्हर्सिटी ऑफ टेक्सास इथला मी मिडशिपमन होतो. सील प्रशिक्षणाबद्दल मी कोणाशीतरी बोलू इच्छित होतो. हे ऐकताच, तो दर्यावर्दी क्षणभर आत गेला. बाहेर येऊन त्याने मला सांगितलं की, लेफ्टनंट डाऊग हथ हे फर्स्ट फेज ऑफिसर मला थोड्याच वेळाच भेटतील.

त्यांच्या बोलावण्याची वाट पाहत मी बाहेरच थांबलो. अगदी सावकाश मी त्या हॉलच्या भिंतींवर लावलेले फोटो पाहू लागलो. व्हिएतनाम युद्धामध्ये भाग घेतलेल्या सीलचे ते फोटो होते. ते सर्व मेकाँग डेल्टा इथल्या कंबरभर चिखलातून बाहेर पडताना फोटोत दिसत होते. काही फोटोंमध्ये सीलच्या तुकड्या रात्रीची कामगिरी संपवून परत येताना दिसत होत्या. त्या परिसराशी ते एकरूप (कॅमोफ्लॅज) झाले होते. काही फोटोंतल्या सैनिकांच्या हातात स्वयंचलित हत्यारं आणि दारुगोळा दिसत होता. जंगलाच्या दिशेने जाणाऱ्या स्विफ्ट बोटीवर ते चढत होते.

त्या लांबलचक हॉलच्या टोकाशी आणखी एक व्यक्ती फोटो पाहताना मला दिसली. त्यांच्या अंगावर साधा पोशाख होता. त्यांचा बांधा जरा नाजूकसा होता, कानांवर केसांचे गडद झुपके दिसत होते. समोरच्या फोटोंमध्ये ज्या अनोख्या युद्धांच्या कृती पकडल्या होत्या त्यांकडे ते विस्मयचकित होऊन पाहत होते. एक नेव्ही सील म्हणून काम करण्यासाठी आवश्यक गुण आपल्यात आहेत का असा विचार तर त्यांच्या मनात आला

नसेल ना असं मला वाटलं. ते प्रशिक्षण पूर्ण करण्याइतके ते मजबूत होते असं त्यांना त्या फोटोंकडे पाहताना खरोखरच वाटत होतं का? त्यांच्या त्या छोट्याशा देहाला पाठीवरची जड सॅक आणि दारुगोळ्याच्या हजार फैरी पेलवल्या असत्या का? दाराबाहेर असणारे दोन सील प्रशिक्षक त्यांनी पाहिले नव्हते का? खरोखरच योग्य ते सारं असणारी धिप्पाड माणसं? ह्या गृहस्थांना कोणीतरी चुकीची माहिती दिली असावी, नागरिकाचं सुखावह आयुष्य सोडून सील प्रशिक्षणाचा प्रयत्न करण्यासाठी त्यांना प्रेरित केलं असावं ह्या जाणिवेने मला वाईट वाटलं.

काही मिनिटांनी, समोरच्या त्या डेस्कवरच्या दर्यावर्दीने उठून माझ्या दिशेने शांतपणे येत मला लेफ्टनंट डूग हथ यांच्या ऑफिसमध्ये नेलं. डूग हथसुद्धा सीलच्या एखाद्या पोस्टरवर शोभण्यासारखेच होते; उंच, धिप्पाड, बलदंड, वळणदार तपकिरी केस, अंगावरच्या नेव्हीच्या खाकी गणवेशात ते अतिशय तयार दिसत होते. हथ यांच्या टेबलच्या पलीकडच्या खुर्चीवर मी बसलो. सील प्रशिक्षणाबद्दल आणि त्यात असणाऱ्या अपेक्षांबद्दल आम्ही बोललो. व्हिएतनाम युद्धातला त्यांचा अनुभव त्यांनी मला सांगितला. मी जर सील प्रशिक्षण पदवी घेऊ शकलो तर 'सील'मधलं आयुष्य कसं असेल याबद्दल ते बोलले. नजरेच्या कोपऱ्यातून मला दिसत होतं की, बाहेरचा तो नागरी कपड्यांतला माणूस भिंतीवरच्या फोटोंकडे पाहत आहे. माझ्याप्रमाणे तेसुद्धा लेफ्टनंट हथ यांना भेटायला, सील प्रशिक्षणाबद्दल अधिक जाणून घ्यायला थांबले असणार असं मला वाटलं. सील होण्यातल्या अडचणीतून तग धरू शकू असा विचार करणाऱ्या त्या दुसऱ्या माणसापेक्षा मी अधिक मजबूत आणि सज्ज होतो या जाणिवेने मला स्वतःबद्दल छान वाटलं.

अचानक, बोलणं मध्येच थांबवून लेफ्टनंट हथने समोर पाहत त्या हॉलमधल्या व्यक्तीला हाक मारली. त्या कृश माणसाला ऑफिसमध्ये येण्यासाठी हथने खूण केली, तसा मीही उठून उभा राहिलो.

आलेल्या त्या कृश माणसाला घट्ट मिठी मारत हथ मला म्हणाले, ''विल्यम, हे टॉमी नॉरीस आहेत. व्हिएतनामच्या युद्धात 'मेडल ऑफ ऑनर' मिळवणारे ते शेवटचे सील होते.'' यावर नॉरीस हसले. त्या ओळखीने ते संकोचल्यागत दिसत होते. सस्मित मुद्रेने त्यांच्याकडे पाहत मी हस्तांदोलन केलं, परंतु मनात मी स्वतःचीच खिल्ली उडवली. माझ्या

समोरची ती कृश, कानांवर केसांची झुलपं असणारी व्यक्ती, इथलं प्रशिक्षण तरी तिला पूर्ण करता येईल की नाही अशी जिच्याबद्दल मला शंका वाटली होती, ती व्यक्ती म्हणजे लेफ्टनंट टॉम नॉरीस होते. त्यांनी व्हिएतनाम युद्धात सहभाग दिला होता. सतत दोन रात्री, शत्रूच्या सीमेत आतवर शिरून त्यांनी अडकलेल्या दोन वैमानिकांना सोडवलं होतं. दुसऱ्या एका कामगिरीवर असताना याच टॉम नॉरीसच्या चेहऱ्यावर उत्तर व्हिएतनामी सैनिकांची गोळी लागली होती. ते मरणासन्न अवस्थेत पडलेले असताना पेटी ऑफिसर माईक थॉर्नटन यांनी त्यांना सोडवलं होतं. या कृतीसाठीसुद्धा त्यांना 'मेडल ऑफ ऑनर' मिळालं होतं. हे तेच टॉम नॉरीस होते ज्यांना इतक्या जखमा झालेल्या असूनसुद्धा एफबीआयच्या पहिल्या हॉस्टेज रेस्क्यू टीममध्ये घेण्यात आलं होतं. समोर दिसणाऱ्या या शांत, अंतर्मुख आणि नम्र व्यक्तीने टीमच्या प्रदीर्घ इतिहासातलं सीलचं सर्वांत कठीण प्रशिक्षण पूर्ण केलं होतं.

१९६९मध्ये टॉमी नॉरीस यांना सील प्रशिक्षणाची परवानगी जवळपास नाकारण्यात आली होती. ते फार लहानखुरे, फार कृश आणि पुरेसे कणखर नाहीत असं सांगण्यात आलं होतं. परंतु माझ्या वर्गातल्या त्या तरुण दर्यावर्दीप्रमाणेच नॉरीस यांनी साऱ्यांना चूक सिद्ध करत पुन्हा एकदा दाखवून दिलं होतं की, पायातल्या फ्लीपर्सचा आकार महत्त्वाचा नसून हृदयाचा आकार महत्त्वाचा आहे.

प्रकरण चार

आयुष्य न्याय्य नाही - व्हा पुढे!

तुम्हाला जर जग बदलायचं असेल तर...

साखरेचं बिस्किट होण्यातून बाजूला येत पुढे जात राहा.

वाळूच्या पुळणीच्या वरपर्यंत मी धावत गेलो. मनात जराही किंतू न आणता पलीकडच्या बाजूला सूर मारून पॅसिफिक महासागराच्या दिशेने मी झपाट्याने पोहू लागलो. माझ्या अंगावर हिरवा पोशाख, आमची विशेष हॅट आणि कॉम्बॅट बूट होते. कॅलिफोर्नियाच्या कोरोनॅडो किनाऱ्यावर आपटणाऱ्या लाटांमध्ये मी सूर मारला.

नखशिखान्त भिजलेल्या अवस्थेत बाहेर पडल्यावर मला पुळणीवर उभे असलेले सील प्रशिक्षक दिसले. त्यांच्यावर प्रकाशाची तिरीप पडत होती. हाताची घडी घालून ते माझ्याकडे रोखून पाहत होते. त्यांनी ओरडून म्हटलं, ''मि. मॅक, काय करायचं हे तुम्हाला ठाऊक आहे!''

मला ठाऊक होतं.

आनंदाचं उसनं अवसान आणून 'हुइय्या!' अशी आरोळी ठोकत, खालच्या मऊ रेतीत स्वतःला झोकून देत मी गडाबडा लोळू लागलो. माझ्या गणवेशाचा कुठलाही भाग रेतीशिवाय राहणार नाही याची मी काळजी घेतली. कुठेही कसर राहू नये म्हणून मी बसलो आणि दोन्ही हातांनी स्वतःवर भरभरून रेती उडवून घेऊ लागलो. शरीराच्या प्रत्येक कानाकोपऱ्यांत रेतीचे कण जाऊन बसतील याची खात्री मी करून घेतली.

सकाळच्या शारीरिक प्रशिक्षणात माझ्याकडून 'सील प्रशिक्षण नियमांचा भंग' झाला होता. शिक्षा म्हणून मला लाटांमध्ये झोकून देत, त्यापश्चात वाळूत गडाबडा लोळून स्वतःचं 'साखरेचं बिस्किट' करून घेणं भाग होतं.

संपूर्ण सील प्रशिक्षणात असं 'साखरेचं बिस्किट' होण्याइतकं त्रासदायक दुसरं काहीही नव्हतं. याहून अधिक वेदनादायी आणि थकवणाऱ्या बाबी होत्या परंतु साखरेचं बिस्किट प्रकाराने संयम आणि निग्रहाची कसोटी लागत होती. त्या वाळूभरल्या अवस्थेत दिवसभर वावरावं लागे. मानेवर, बगलेत,

पायांमध्ये, सगळीकडे केवळ वाळूच असे. त्याहीपेक्षा महत्त्वाचं म्हणजे असं साखरेचं बिस्किट होण्यामागे तसा काही अर्थ नव्हता, त्यामागे कुठलं कारण नव्हतं. प्रशिक्षकाची इच्छा झाली की ते असं करायला लावत.

अनेक सील प्रशिक्षणार्थींना याचा स्वीकार करणं फार कठीण जात असे. जे स्वतःला सर्वोत्तम ठरवण्याचा प्रयत्न करत त्यांना वाटे की, त्यांना उत्तम सादरीकरणासाठी बक्षीस मिळावं. तसं त्यांना कधी मिळत असे तर अनेकदा मिळतही नसे. कित्येकदा तर, त्यांनी घेतलेल्या कठोर परिश्रमांच्या मोबदल्यात त्यांच्या वाटेला केवळ सर्दपणा आणि वाळू तेवढी येई.

मी वाळूने योग्य पद्धतीने माखल्याची खात्री झाल्यावर प्रशिक्षकाच्या दिशेने जाऊन पुन्हा एकदा 'हुईय्या' असं ओरडलो आणि 'सावधान'च्या पवित्र्यात उभा राहिलो. त्यांनी मला नखशिखान्त न्याहाळलं. साखरेचं बिस्किट या संकल्पनेच्या गुणवत्तेत मी योग्य पद्धतीने बसलो आहे की नाही याची चाचपणी करायला समोर उभे होते लेफ्टनंट फिलीप एल. मार्टीन. त्यांचे मित्र त्यांना 'मोकी' म्हणत. मी मात्र अर्थातच लेफ्टनंट मार्टीन यांना पहिल्या नावाने हाक मारू शकत नव्हतो.

मोकी मार्टीन हे एक अत्यंत चपखल फ्रॉगमन होते. सील अधिकारी म्हणून मी जे काही घडू इच्छित होतो त्या साऱ्यांचं ते मूर्त रूप होते. त्यांना व्हिएतनाम युद्धाचा अनुभव होता. सीलच्या कोठारात असलेलं प्रत्येक शस्त्र चालवण्यात ते वाकबगार होते. टीम्समध्ये त्यांच्याइतकं उत्तम स्काय डायव्हिंग कोणीही करत नसे. मुळात ते हवाईचे असल्यामुळे पाणी हे त्यांचं दुसरं घर होतं. त्यांची बरोबरी करणारे फारच क्वचित कुणी असे.

"मि. मॅक, आज तुम्हाला असं साखरेचं बिस्किट का व्हावं लागलं याची काही कल्पना आहे का?" अत्यंत शांत स्वरात मार्टीन यांनी प्रश्न केला.

मी कर्तव्यतत्परतेनं उत्तर दिलं, "प्रशिक्षक मार्टीन, मला कल्पना नाही."

"कारण, मि. मॅक, आयुष्य न्याय्य नाही हे तुम्ही जितकं लवकर शिकाल तितकं बरं."

वर्षभरात, लेफ्टनंट मार्टीन आणि मी एकमेकांना नावाने हाक मारू लागलो. तोवर सीलचं मूलभूत प्रशिक्षण मी पूर्ण केलं होतं. प्रशिक्षण केंद्रातून त्यांची पुनर्नियुक्ती अंडरवॉटर डिमॉलिशन टीम इलेव्हन, कोरोनॅडो इथे झाली होती.

मोकींशी जितका अधिक परिचय झाला तितका माझा त्यांच्याबद्दलचा आदर दुणावला. ते सर्वोत्तम सील ऑपरेटर तर होतेच, शिवाय उत्कृष्ट खेळाडू होते. १९८०च्या सुरुवातीला त्यांना ट्राएथलॉनची अतिशय गोडी लागली होती. मोकळ्या महासागरात उत्तम पद्धतीने ते फ्री स्टाइलने पोहायचे. त्यांच्या पिंढऱ्या आणि मांड्या अतिशय बळकट होत्या. कितीही दूर धावायचं असलं तरी ते थकत नसत. सायकलवरची त्यांची मांड सर्वाधिक पक्की होती. जणूकाही, ते आणि त्यांची सायकल एकमेकांसाठीच घडले होते. रोज सकाळी आपल्या सायकलवर टांग टाकून कोरोनॅडो सिल्व्हर स्ट्रँडवर ते तीस मैलांची रपेट मारत. पॅसिफिक महासागराला समांतर असा, खास सायकलस्वारीसाठी सपाट रस्ता तयार करण्यात आला होता. कोरोनॅडो शहरापासून इंपिरिअल बीच शहरापर्यंत तो पट्टा होता. एका बाजूला महासागर तर दुसऱ्या बाजूला उपसागर असणारा, कॅलिफोर्नियाच्या समुद्रकिनाऱ्यावरचा तो सर्वाधिक सुंदर भाग होता.

एका शनिवारी सकाळी मोकी आपली सायकल घेऊन सिल्व्हर स्ट्रँडवरून निघाले. मान खाली घालून ते जोरात पेडल मारत होते. समोरून येणारा सायकलस्वार त्यांना दिसलाच नाही. साधारणतः, ताशी २५ मैल वेगाने दोन्ही सायकली एकमेकांवर आदळल्या. तिथल्या तिथे सायकलींचा चेंदामेंदा झाला. दोघंही सायकलस्वार एकमेकांवर आपटून खालच्या सिमेंट रस्त्यावर तोंडावर फेकले. पडल्यानंतर पहिला सायकलस्वार उठून उभं राहायचा प्रयत्न करत अंगावरची धूळमाती झटकू लागला. जखमी झाला असला तरी तसा तो बरा होता.

मोकी मात्र तोंडावर पडलेल्या अवस्थेत तसेच पडून राहिले. त्यांना हलताच येत नव्हतं. अवघ्या काही मिनिटांत पॅरामेडिक्सचे लोक येऊन पोहोचले. त्यांनी मोकींना स्थिर करून हॉस्पिटलमध्ये नेलं. त्यांचं शरीर लुळं पडलं होतं. ती अवस्था तात्पुरती असेल अशी सुरुवातीला आशा होती परंतु दिवस, महिने आणि वर्षं गेले पण मोकींना त्यांच्या पायांचा वापर पुन्हा कधीही करता आला नाही. त्या अपघाताने त्यांना कमरेपासून खाली लुळं केलं होतं. त्यांचे हातही अगदी मर्यादित स्वरूपात हलत होते.

गेली ३५ वर्षं मोकी व्हीलचेअरमध्ये आहेत. या सर्व कालावधीत आयुष्यात त्यांच्यावर कोसळलेल्या दुर्दैवाबद्दल त्यांनी एकदाही कधी तक्रार केल्याचं मी ऐकलेलं नाही. ''मीच का?'' हा प्रश्नही त्यांनी कधी विचारला नाही. त्यांनी कधीही स्वतःची कीव केली नाही.

उलट, अपघातानंतर मोकी उत्तम चित्रकार झाले. त्यांना एक गोड मुलगी झाली. 'सुपर फ्रॉग ट्राएथलॉन' ही संस्था त्यांनी स्थापन केली. दरवर्षी कोरोनॅडोमध्ये त्या संस्थेतर्फे शर्यती भरवल्या जातात.

आयुष्यात आपल्यावर येणाऱ्या आपत्तींचा दोष कुठल्यातरी बाह्य शक्तींवर टाकणं खूप सोपं आहे. दैव आपल्या विरुद्ध आहे असा विश्वास मनात बाळगत प्रयत्न करणं थांबवणं सोपं आहे. आपण कुठे वाढलो, आपल्या आईवडिलांनी आपल्याला कसं वागवलं किंवा आपण कुठल्या शाळेत गेलो यावरून आपलं नशीब निश्चित होतं असा विचार करणं सोपं आहे. सत्याची दुसरी कुठलीही वंचना नाही. आपल्या आयुष्यातल्या अन्यायाशी आपण कसं झगडतो यावरून आपलं सामान्यपण किंवा महनीयता ठरते. हेलेन केलर, नेल्सन मंडेला, स्टीफन हॉकिंग, मलाला युसूफझाई आणि मोकी मार्टीन.

कधीकधी तुम्ही आटोकाट प्रयत्न करता, तुम्ही अतिशय चांगलेही असता; तरीसुद्धा तुमचं साखरेचं बिस्किट झाल्याशिवाय राहत नाही. तक्रार करू नका. आपल्या दुर्दैवावर ठपका ठेवू नका. ताठ उभे राहा, भविष्याकडे पाहा आणि व्हा पुढे!

प्रकरण पाच

अपयश तुम्हाला अधिक खंबीर करू शकतं.

तुम्हाला जर जग बदलायचं असेल तर...

सर्कसची भीती वाटून घेऊ नका.

कोरोनॅडो बेटावरच्या लाटा सैरावैरा फुटत होत्या. किनाऱ्याकडे परत पोहत जाताना आमच्या चेहऱ्यावर फेसाच्या छोट्या छोट्या लडी आपटत होत्या. नेहमीप्रमाणेच, इतर सील प्रशिक्षण वर्गासोबत राहण्यासाठी माझा आणि माझ्या पोहणाऱ्या जोडीदाराचा आटापिटा सुरू होता. आम्ही गती वाढवावी म्हणून सुरक्षा बोटीत बसलेले प्रशिक्षक ओरडून सावध करत होते, परंतु आम्ही जितका नेटाने प्रयत्न करत होतो तितके जास्त मागे पडत होतो.

त्या दिवशी माझ्या बरोबर पोहणारा सोबती होता एन्साईन मार्क थॉमस. माझ्याचप्रमाणे त्यालाही रिझर्व्ह ऑफिसर्स ट्रेनिंग कॉर्प्स (आरओटीसी)च्या माध्यमातून कमिशन प्राप्त झालं होतं. तो व्हर्जिनिया मिलिटरी इन्स्टिट्यूटचा पदवीधर आणि त्याच्या वर्गातला उत्तम धावपटू होता.

सील प्रशिक्षणात आपण पोहणाऱ्या जोडीदारावर विसंबून असतो. पाण्याखाली सूर मारलेला असताना आपण त्याच्याशी अक्षरशः बांधलेले असतो. दीर्घ पल्ला पोहताना त्याच्याशी भागीदारी करायची असते. तुमचा पोहणारा सोबती तुम्हाला अभ्यासात मदत करतो, प्रेरित ठेवतो, प्रशिक्षणादरम्यान तुमचा सर्वांत जवळचा मित्र होतो. पोहणारा मित्र म्हणून, तुम्ही एखाद्या कार्यक्रमात अपयशी ठरला तर दोघांनाही परिणाम भोगावे लागतात. टीम वर्कचं महत्त्व बिंबवण्याचा तो प्रशिक्षकांचा मार्ग होता.

पोहणं संपवून आम्ही किनारा ओलांडला, सील प्रशिक्षक आमची वाट पाहतच होते.

ते ओरडले, ''खाली बसा!''

खाली बसण्याचा अर्थ पाठ सरळ ठेवत, दोन्ही हात ताणलेल्या स्थितीत समोर, मान ताठ अशा स्थितीत बूड न टेकवता बसण्याच्या अवस्थेत येणं.

''तुम्ही दोघं स्वतःला अधिकारी समजता का?'' प्रश्नाचं उत्तर देण्यात अर्थ नव्हता, ते पुढेही बरसणार हे आम्हाला ठाऊक होतं.

''सील टीमचे अधिकारी मार्गदर्शक असतात. पोहताना ते असे सर्वांत शेवटी येत नाहीत. सगळ्या वर्गाला लाज आणत नाहीत.''

आमच्या भोवती प्रदक्षिणा घालत, आमच्या चेहऱ्यावर रेती उडवायला त्यांनी सुरुवात केली.

ते पुढे म्हणाले, ''तुम्ही दोघं यातून तरून जाल असं मला वाटत नाही. सील अधिकारी होण्यासाठी जी हिम्मत लागते ती तुमच्यात नाही असं मला वाटतं.''

मागच्या खिशातून एक काळी वही काढून आमच्याकडे अतिशय तिरस्काराने पाहत त्यांनी त्यात काहीतरी नोंद केली. मान हलवत ते म्हणाले, ''तुम्ही आता सर्कसच्या यादीत आला आहात. पुढचा आठवडाभर जरी टिकलात तरी खूप म्हणावं लागेल.''

'सर्कस.' मार्कची किंवा माझीही मुळीच तशी इच्छा नव्हती. दररोज दुपारी प्रशिक्षण संपलं की, सर्कसची यादी तयार केली जायची. सर्कस म्हणजे अधिकचे दोन तास कॅलिस्थेनिक्स आणि त्या जोडीने युद्धात सहभागी झालेल्या सीलच्या अधिकाऱ्यांकडून अविरत छळ. जे मजबूत आहेत त्यांनीच प्रशिक्षण पूर्ण करावं अशी त्यांची इच्छा असे. दर दिवशी निश्चित केलेली प्रमाणं - कॅलिस्थेनिक्स, अडथळ्यांची शर्यत, घड्याळ लावून पळणं किंवा पोहणं - पार पाडण्यात तुम्ही अयशस्वी ठरलात की तुमचं नाव त्या यादीत आलंच समजा.

तसं झालं की, प्रशिक्षकाच्या दृष्टीने तुम्ही अपयशी ठरलातच.

विद्यार्थ्यांना सर्कसची भीती वाटण्याचं एवढं एकच कारण नव्हतं. त्याने वेदना तर वाढतच; परंतु सर्कसमध्ये भाग घेऊन, जास्तीचा व्यायाम केल्यामुळे अतोनात थकवा येऊन दुसऱ्या दिवशी नेहमीचा सराव पार पाडणंसुद्धा कठीण जाई. पुन्हा एकदा, निश्चित केलेली प्रमाणं गाठणं अशक्य होऊन बसे. परिणामतः, दिवसाच्या शेवटी पुन्हा सर्कस यादीत नाव आलंच म्हणून समजा. त्याही दिवशी अधिकचा व्यायाम करून, अतिरिक्त थकव्यामुळे पुढच्या दिवशी तीच तऱ्हा. हे एक अक्षरशः मृत्युचक्र होतं, अपयशाचं चक्र, त्यापायी कित्येक प्रशिक्षणार्थी प्रशिक्षण सोडून गेले होते.

इतर विद्यार्थ्यांनी दिवसभराचा कार्यक्रम पार पाडल्यानंतर बऱ्याच जणांबरोबर मी आणि मार्क तिथल्या सिमेंटच्या मैदानावर जमलो. कॅलिस्थेनिक्सचा दीर्घ सराव आम्हाला पार पाडावा लागणार होता.

त्या दिवशी आम्ही पोहण्यात शेवटचे आल्यामुळे प्रशिक्षकाने केवळ आम्हा दोघांसाठीच सर्कसची रचना केली होती. फ्लटर किक्स. खूप साऱ्या फ्लटर किक्स. त्या किक्समुळे पोटाचे आणि मांडीचे स्नायू मजबूत व्हायला मदत होई, उघड्या महासागरातून प्रदीर्घ काळ पोहणं शक्य होई. त्याच किक्सपायी अक्षरशः दम तोडला जाई.

फ्लटर किक्सच्या व्यायामासाठी पाठीवर आडवं पडून, दोन्ही हात डोक्यामागे ठेवत दोन्ही पाय सरळ करणं अपेक्षित होतं. प्रशिक्षकाने मोजायला सुरुवात केली की, दोन्ही पायांनी लागोपाठ लाथा मारायला सुरुवात करावी लागे. संपूर्ण चक्रात गुडघे वाकवलेले चालत नसे. गुडघे वाकवणं ही फ्रॉगमनच्या दृष्टीने सर्वांत दुर्बलता समजली जाई. सर्कस खरोखरच शिक्षादायी होती. शेकडो फ्लटर किक्स, तितकेच पुशअप्स, पुलअप्स, सीटअप्स आणि आठच्या आकड्याने बॉडी बिल्डिंगचे व्यायाम. सूर्यास्त झाला तेव्हा मी आणि मार्क जेमतेम हालचाल करू शकत होतो. अपयशाचीसुद्धा किंमत द्यावी लागते.

दुसऱ्या दिवशी आणखी कॅलेस्थेनिक्स, आणखीन पळणं, आणखी अडथळ्याची शर्यत, आणखी पोहणं आणि दुर्दैवाने आणखी सर्कस करावी लागली. आणखी सीटअप्स, आणखी पुशअप्स, आणि कितीतरी जास्त फ्लटर किक्स. परंतु सर्कस रोज घडत गेली आणि काहीतरी गमतीशीर गोष्ट घडू लागली. आमचं पोहणं सुधारलं. मी आणि मार्क आता शेवटी येत नव्हतो.

अपयशाची शिक्षा म्हणून सुरू झालेल्या सर्कसमुळे आम्ही दोघं अधिक मजबूत, गतिमान होत पाण्यात जास्त आत्मविश्वासाने वावरू लागलो होतो. अधूनमधून येणारं अपयश आणि त्यापायी जाणवणाऱ्या वेदना सहन करणं शक्य न झाल्याने कितीतरी विद्यार्थी सोडून जात असतानाच मी आणि मार्कने निश्चय केला होता की सर्कसपायी आम्ही हरणार नाही.

प्रशिक्षण शेवटाला आलं. पुन्हा एकदा आम्हाला उघड्या महासागरात पोहायचं होतं. सॅन क्लेमेंट आयलंडच्या किनाऱ्यावरून पुढे पाच मैल जायचं होतं. निश्चित वेळेत पोहणं हे सील प्रशिक्षण पूर्ण करण्यासाठी अत्यावश्यक होतं.

आम्ही महासागरात सूर मारला तेव्हा पाणी अतोनात थंड होतं. पोहणाऱ्यांच्या पंधरा जोड्यांनी पाण्यामध्ये प्रवेश केला. त्या लहानशा उपसागरातून निघून, द्वीपकल्पाला वळसा घालत आम्ही पुढच्या केल्प वाढलेल्या ठिकाणी निघालो. दोन तासांनंतर पोहणाऱ्यांच्या जोड्या इतक्या विस्कळीत झाल्या होत्या की, आपलं नेमकं काय स्थान आहे हेच कळणं शक्य नव्हतं. पोहून चार तास झाल्यावर, अत्यंत थकल्या-भागल्या अवस्थेत, हायपोथर्मिया होण्याच्या स्थितीत, मी आणि मार्क थॉमसने किनारा ओलांडला. किनाऱ्याशी आमचे प्रशिक्षक उभे होते.

ते किंचाळले, ''खाली बसा!''

माझे हातपाय अतोनात थंड पडल्याने माझ्या बोटांना वाळूचा स्पर्शसुद्धा जाणवत नव्हता. डोकं सरळ ठेवण्याचा कसाबसा प्रयत्न करणाऱ्या मला मार्क आणि माझ्या भोवती प्रदक्षिणा घालणाऱ्या प्रशिक्षकाचे बूट तेवढे दिसत होते.

''तुम्हा दोघा अधिकाऱ्यांनी पुन्हा एकदा तुमच्या वर्गाला लाज आणली आहे!'' आता माझ्या नजरेत आणखी एक बुटाची जोडी आली. नंतर अजून एक. कितीतरी प्रशिक्षकांनी आम्हाला वेढा घातला होता. ''तुम्ही तुमच्या टीम सदस्यांना लाज आणली आहे.'' ते पुढे थबकले, ''जंटलमेन, उभे राहा!''

मी आणि मार्क कसेबसे उठून उभे राहिलो. आम्ही किनाऱ्यावर सभोवताली पाहिलं. अचानक आम्हाला जाणवलं की, पोहणं पूर्ण करणारी आमची पहिली जोडी होती.

प्रशिक्षक हसून म्हणाले, ''तुम्ही खरोखरच साऱ्यांना लाज आणली आहे. दुसरी जोडी तर अद्याप नजरेच्या टप्प्यातसुद्धा आलेली नाही.'' मी आणि मार्क महासागराकडे वळलो. खरोखरच, नजरेच्या टप्प्यात कुणीच दिसत नव्हतं.

''जंटलमेन, फार उत्तम! असं दिसतंय की जास्तीच्या वेदना आणि यातना कामी आल्या आहेत.'' थोडं थबकून, पुढे होत, आमच्याशी हस्तांदोलन करत प्रशिक्षक म्हणाले, ''तुम्ही जेव्हा टीम्समध्ये सामील व्हाल तेव्हा तुम्हाला सेवा देणं हा माझा सन्मान असेल.''

आम्ही दोघांनी ते साध्य केलं होतं. ते प्रदीर्घ पोहणं त्या प्रशिक्षणाचा शेवटचा कठीण टप्पा होता. त्यानंतर काही दिवसांनी मी आणि मार्क पदवीधर झालो.

सील टीम्समध्ये मार्कने कारकिर्दीचा आलेख उंचावला. आजतागायत आम्ही दोघं घनिष्ठ मित्र आहोत.

आयुष्यात अनेक सर्कशींना तोंड द्यावं लागेल. अपयशाची किंमत चुकवावी लागेल. परंतु तुम्ही जर चिकाटी दाखवली, या अपयशांतून काही शिकलात, स्वतःला खंबीर होऊ दिलं तर आयुष्यातला सर्वाधिक कठीण क्षण हाताळण्यासाठी तुम्ही सिद्ध व्हाल.

जुलै १९८३ हा असाच एक कठीण क्षण होता. कमांडिंग ऑफिसरसमोर उभं असताना माझ्या मनात आलं होतं की, नेव्ही सीलमधली माझी कारकिर्द संपुष्टात आली आहे. मला माझ्या सील स्क्वॉड्रनमधून नुकतंच मुक्त करण्यात आलं होतं. माझ्या स्क्वॉड्रनची रचना आणि प्रशिक्षण बदलून मिशन पूर्ण केल्याचा प्रयत्न केल्याबद्दल मला काढून टाकण्यात आलं होतं. संस्थेत काही अलौकिक अधिकारी आणि काही व्यक्ती होत्या, आजवर मी पाहिलेल्या योद्ध्यांपैकी ते सर्वोत्तम योद्धे होते. तरीसुद्धा, व्हिएतनाम युगातलंच वातावरण अद्याप होतं. बदलण्याची गरज आहे असं मला वाटलं होतं. मला हे कळणार होतं की बदल हा कधीच सोपा नसतो; विशेषतः, ज्याच्या खांद्यावर धुरा असते त्याच्यासाठी. मला जरी काढून टाकण्यात आलं असलं तरी सुदैवाने माझ्या कमांडिंग ऑफिसरने माझी बदली दुसऱ्या सील टीममध्ये केली. परंतु सील अधिकारी म्हणून माझ्या लौकिकाला चांगलाच बट्टा लागला होता. मी जिथे जाईन तिथल्या अधिकाऱ्यांना आणि इतरांना माझ्या अपयशाची माहिती होती. माझ्यामागे माझ्याबद्दल रोज कुजबुज केली जायची. सील होण्याच्या माझ्या कर्तव्यात मी चोख नव्हतो याची मला जाणता-अजाणता आठवण करून दिली जायची.

त्याच क्षणी माझ्या कारकिर्दीत माझ्या समोर दोन पर्याय होते - एक तर सगळ्याचा त्याग करून नागरी जीवन स्वीकारायचं. माझा अलीकडचा फिटनेस रिपोर्ट पाहता ती निवड व्यावहारिक वाटत होती. अन्यथा,

आयुष्यात उठलेल्या वादळाला सामोरं जात स्वतःला तसंच इतरांनाही सिद्ध करून दाखवायचं की, मी एक उत्तम सील ऑफिसर आहे. मी दुसऱ्या पर्यायाची निवड केली.

मला पहिल्या टीममधून काढल्यानंतर लवकरच दुसरी संधी मिळाली. एका सील प्लाटूनसाठी मी परदेशात ऑफिसर इन्चार्ज म्हणून नियुक्त झालो. त्या काळात आम्ही बहुतांश वेळात दुर्गम परिसरात होतो. आमच्या आजूबाजूला कुणीही नसे. आमच्या सोबत केवळ आम्हीच होतो. मी अद्यापही नेतृत्व करू शकतो हे दाखवण्यासाठी मी त्या संधीचा पुरेपूर फायदा करून घेतला. तुम्ही जेव्हा बारा सीलबरोबर राहता तेव्हा दडायला कुठे जागाच नसते. रोज सकाळी सराव करताना तुम्ही १००% योगदान देत आहात की नाही हे त्यांना समजतं. विमानातून बाहेर पडताना सर्वप्रथम आणि पॅराशूटमध्ये शिरताना तुम्ही सर्वांत शेवटी असता हे ते पाहतात. तुम्ही तुमची हत्यारं स्वच्छ करता, रेडिओ तपासता, इंटेलिजन्ट रिपोर्ट वाचता, मिशनचे ब्रीफ तयार करता; हे सारं ते पाहत असतात. दुसऱ्या दिवशीच्या प्रशिक्षणासाठी तुम्ही रात्रभर परिश्रम घेत असता हे त्यांना ठाऊक असतं.

अशा प्रकारे परदेशांतल्या त्या अनेक महिन्यांदरम्यान मी माझ्या आधीच्या अपयशाचा वापर अधिक चांगलं काम, अधिक त्वरेने करण्यासाठी आणि उपस्थित सर्वांपेक्षा उत्तम सादरीकरण करण्यासाठी प्रेरक म्हणून केला. कधीकधी, मी सर्वोत्तम जरी ठरलो नाही माझ्याकडून मी सर्वतोपरी उत्तम प्रयत्न करत राहिलो. कालांतराने, माझ्या माणसांकडून मला पुन्हा एकदा आदर प्राप्त झाला. कित्येक वर्षांनी माझ्या सील टीमची निवड करण्याची संधी मला मिळाली. पुढे, पश्चिम किनाऱ्याच्या सर्व सीलचा मी अधिकारी झालो.

२००३मध्ये इराक आणि अफगाणिस्तान युद्धात मी उतरलो. आता मला एक स्टार मिळाला होता. मी ॲडमिरल होतो. युद्धात मी माझ्या तुकडीचं नेतृत्व करत होतो. माझ्या प्रत्येक निर्णयाचे पडसाद उमटणार होते. पुढच्या अनेक वर्षांत मी कित्येकदा अडखळलो. प्रत्येक अपयशानंतर, प्रत्येक चुकीनंतर, यशाचे शेकडो क्षण आले. ओलीस सुटले. आत्मघातकी बॉंबर्सना थांबवलं गेलं, समुद्री लुटेऱ्यांना पकडलं गेलं, दहशतवादी ठार झाले, अगणित जीव वाचवले गेले.

पूर्वीच्या अपयशांनी मला खंबीर केलं आहे, चुका करण्यातून कोणीच सुटत नाही हे मला शिकवलं आहे असं माझ्या लक्षात आलं. जो खरा नेता असतो तो स्वतःच्या अपयशातून शिकतो, त्या धड्यातून इतरांना प्रेरणा देतो, पुन्हा प्रयत्न करायला किंवा पुढचा कठोर निर्णय घ्यायला घाबरत नाही.

तुम्ही सर्कस टाळू शकत नाही. आयुष्यात प्रत्येक जण कधी ना कधी त्या यादीत येतंच. त्या सर्कशीची भीती वाटू देऊ नका.

प्रकरण सहा

तुम्ही महान साहस दाखवायला हवं.

तुम्हाला जर जग बदलायचं असेल तर...

अडथळा ओलांडताना
डोक्याकडून खाली घसरा.

३२ फूट टॉवरच्या टोकावर उभं राहत मी जाड नायलॉन दोरी पकडली. त्या दोरीचं एक टोक टॉवरला तर दुसरं टोक जमिनीवर गाडलेल्या एका १० फुटी खांबाला बांधलेलं होतं, सीलचा अडथळा हा अभ्यासक्रम मी अर्धा संपवला होता. माझी गती विक्रमी होती. दोरीवर दोन्ही पाय टाकत, हातात प्राण घेऊन मी इंचाइंचाने पुढे सरकू लागलो. दोरीखाली माझं शरीर लटकलेलं होतं. सुरवंटासारख्या संथ गतीने, एकेक पाऊल पुढे सरकवत मी पलीकडच्या टोकाला जाऊ लागलो.

दुसऱ्या टोकाला पोहोचताच मी दोरीवरची पकड सोडली, खालच्या मऊ रेतीत उडी मारत पुढच्या अडथळ्याकडे धाव घेतली. माझ्या वर्गातले विद्यार्थी प्रोत्साहन देत होते, परंतु मला मात्र सील प्रशिक्षक मोजत असलेले मिनिटं तेवढी ऐकू येत होती. 'स्लाइड फॉर लाइफ'मध्ये मी बराच वेळ गमावला होता. नायलॉनच्या त्या दोरीचा सामना करताना मी जे 'पॉसम-स्टाइल' तंत्र वापरलं होतं ते फार संथ होतं, परंतु कसं कोण जाणे, दोरीवरून डोक्याच्या बाजूने सरळ घसरत येणं मला शक्य होत नव्हतं. त्या पद्धतीने टॉवरवरून खाली येताना वापरल्या जाणाऱ्या पद्धतीला कमांडो स्टाइल म्हटलं जात असे, ती अतिशय जलद असली तरी त्यात जोखीमही बरीच होती. तशा पद्धतीत आपण दोरीवर असतो, त्यामुळे दोरीखाली असतानाची स्थिरता कमी होते. खाली पडून आपण जर जखमी झालो तर वर्गातून बाहेर पडलोच म्हणून समजा.

शेवटची दोरी पार केली तेव्हा माझी शेवटची वेळ निराशाजनक होती. मी दम खाण्याचा प्रयत्न करत असताना व्हिएतनामी युद्धाचा अनुभव असलेला एक योद्धा माझ्यावर झुकला. त्यांच्या बुटांचं पॉलिश चमकत होतं. त्यांच्या हिरव्या गणवेशाला कडक स्टार्च केलेला होता. तिरस्कारयुक्त स्वरात त्यांनी मला विचारलं, ''मि. मॅक, कधी शिकणार तुम्ही? जोवर तुम्ही जोखीम

घेण्याची तयारी दाखवत नाही तोवर अडथळ्यांचा हा अभ्यासक्रम तुम्हाला मात देत राहणार.''

आठवड्यानंतर मी माझी भीती बाजूला केली, दोरीवर आरूढ झालो आणि 'स्लाइड फॉर लाइफ'वर स्वतःचं शरीर वरच्या बाजूने डोक्याकडून झोकून दिलं. त्या दिवशी शेवटची रेषा पार केली तेव्हा मी माझी सर्वोत्तम वेळ नोंदवली. त्या ज्येष्ठ व्हिएतनामी सील अधिकाऱ्याने आनंदाने मान डोलावलेली मला दिसली. माझ्या चिंतेवर मात करत, हातातलं कार्य पूर्ण करण्यासाठी क्षमतांवर विश्वास ठेवणं तेवढं गरजेचं होतं. येणाऱ्या कालावधीत तो धडा माझ्या कामी पडणार होता.

इराक – २००४ रेडिओवर पलीकडचा आवाज शांत असला तरी त्यातली त्वरा लक्षणीय होती. ज्या तीन ओलिसांना आम्ही शोधत होतो त्यांचं स्थान सापडलं होतं. अल् कायद्याच्या दहशतवाद्यांनी बगदाद शहराबाहेर एका घरात त्यांना डांबलं होतं. घराला चौफेर कुंपण होतं. दुर्दैवाने, ते दहशतवादी त्या माणसांना तिथून हलवणार असल्याचं इंटेलिजन्सने निर्देशित केलं होतं. आम्हाला त्वरा करणं गरजेचं होतं.

दिवसाढवळ्या छापा घालत असल्याचं या मोहिमेची सूत्र हातात असलेल्या आर्मी लेफ्टनंट कर्नलने मला सांगितलं. मोठं धोकादायक होतं ते. हे कमी म्हणून की काय, तीन ब्लॅक हॉक हॅलिकॉप्टर उतरवणं हाच एकमेव यशाचा मार्ग दिसत होता. त्या हॅलिकॉप्टरमधूनच आमचा चमू उतरू शकणार होता. ते तिन्ही हॅलिकॉप्टर्स त्या कंपाउंडच्या आत उतरवणं आवश्यक होतं. आम्ही पर्यायांचा विचार करून पाहिला पण कर्नलचं म्हणणं बरोबर होतं. अशी जोखमीची कामं रात्री करणं हिताचं असतं. अशा वेळेस आपण समोरच्यांना आश्चर्याचा धक्का देतो. परंतु संधी आमच्या हातातून निसटत होती. त्या क्षणी आम्ही तत्परतेने हालचाल केली नसती, तर ओलिसांना कदाचित दुसरीकडे नेऊन ठारसुद्धा केलं गेलं असतं.

मी त्यांच्या योजनेला मान्यता दिली. अवघ्या काही मिनिटांत रेस्क्यू फोर्स त्या तीन ब्लॅक हॉक हॅलिकॉप्टर्समधून रवाना झाला. त्या ब्लॅक हॉकच्या बऱ्याच वरती आणखी हॅलिकॉप्टर उडत होतं. तिथून मला

मुख्यालयातून ठेवल्या जाणाऱ्या व्हिडिओ पाळतीचा अहवाल मिळत होता. तिन्ही हॅलिकॉप्टर्स त्या वाळवंटात उडताना मी मुकाट्याने पाहत होतो. रडारमध्ये पकडली जाऊ नयेत म्हणून जमिनीपासून अवघ्या काही फुटांवरून उडत होती ती.

त्या इमारतीच्या मोकळ्या अंगणात मला एक माणूस दिसत होता. त्याच्या हातात स्वयंचलित हत्यार होतं. तो आत-बाहेर चकरा करत होता. निघण्याच्या तयारीत दिसत होता तो. हॅलिकॉप्टर निघून पाच मिनिटं झाली होती. रेस्क्यू फोर्स त्यांची शेवटची सिद्धता करत असताना त्यांच्यात होणारं बोलणं ऐकण्यावाचून माझ्या हातात काहीही नव्हतं.

ओलिसांची सुटका मी काही पहिल्यांदाच पाहत नव्हतो, ती शेवटचीही नव्हती; परंतु ती सर्वाधिक हिमतीची होती. कंपाउंडमध्ये हॅलिकॉप्टर उतरवून आम्ही त्याला आश्चर्याचा धक्का देणार होतो. आर्मीच्या विमानदलाचे वैमानिक जगात सर्वोत्तम असले तरी ही मोहीम अत्यंत धोक्याची होती. प्रत्येक हॅलिकॉप्टरची पाती ६० फुटांच्या परिघात गरगरत होती. जेमतेम इंचभराच्या अंतराने ते तिन्ही आत उतरणार होते. हे सगळं कमी म्हणून की काय, कुंपणाभोवती आठ फूट उंचीची विटांची भिंत होती. त्यापायी वैमानिकांना त्यांची दिशा नाट्यमयरीत्या बदलावी लागली. हॅलिकॉप्टर आतून उतरवणं मोठं कठीण जाणार होतं. रेस्क्यू फोर्स तयारी करत असताना मला रेडिओवर त्यांचं संभाषण ऐकू येत होतं.

त्यांच्या डोक्यावर उडणाऱ्या हॅलिकॉप्टरच्या माध्यमातून मला त्यांचा शेवटचा टप्पा बघता आला. पहिलं हॅलिकॉप्टर खालून उडत भिंतीवरून वरच्या दिशेने जात पुन्हा आतल्या अंगणात उतरलं. तत्क्षणी त्यातून रेस्क्यू फोर्स बाहेर उतरून इमारतीला वेढा घालू लागला. पाठोपाठ दुसरं हॅलिकॉप्टर उतरलं. त्या दोन्हींमध्ये जेमतेम काही फुटांचं अंतर होतं. त्यांच्या उतरण्याने धुळीचे लोट उसळले. आजूबाजूचं दिसेनासं झालं. तिसरं हॅलिकॉप्टर कंपाउंडच्या दिशेने आलं तेव्हा धुळीच्या लोटामुळे वैमानिकाला क्षणभर काहीच दिसलंच नाही. त्या हॅलिकॉप्टरची समोरची बाजू भिंतीच्या काही इंचच वर होती, पण मागचं चाक मात्र त्या आठ फुटी भिंतीवर अडकलं. सगळीकडे विटांचा वर्षाव झाला. कुठेच जागा नसल्यामुळे वैमानिकाने त्याचं हॅलिकॉप्टर तिथेच धाडकन उतरवलं. सुदैवाने, आतमधल्या कुणालाही इजा झाली नाही.

काही मिनिटांतच मला बातमी मिळाली की, सर्व ओलीस सुरक्षित आहेत. जेमतेम तीस मिनिटांत रेस्क्यू फोर्सने त्या मुक्त केलेल्या माणसांबरोबर हॅलिकॉप्टरमधून सुरक्षित जागा गाठली होती. आम्ही खेळलेला जुगार यशस्वी ठरला होता.

अशा प्रकारची जोखीम उचलणं हे आमच्या स्पेशल ऑपरेशन फोर्ससाठी नित्याचंच आहे हे मला पुढच्या दशकात चांगलंच उमगलं. ते नेहमीच स्वतःच्या आणि स्वतःच्या हत्यारांच्या मर्यादांचं महत्तम टोक गाठून यश प्राप्त करत होते. इतरांपासून त्यांचं वेगळेपण यापायीच निश्चित होत होतं. तरीसुद्धा, बाहेरच्यांना दिसताना मात्र या जोखमी सहसा आखीवरेखीव, विचारपूर्वक आणि नियोजनबद्ध अशा दिसत. उत्स्फूर्तता दाखवली तरी जोखीम घेणाऱ्याला त्याची मर्यादा ठाऊक असे आणि तरीसुद्धा स्वतःवर विश्वास असल्यामुळे ते प्रयत्न करत.

माझ्या कारकिर्दीदरम्यान ब्रिटिश स्पेशल एअर सर्व्हिस, या सुप्रसिद्ध एसएएसबद्दल मला अतीव आदर होता. 'हू देअर्स विन्स' हे एसएएसचं बोधवाक्य होतं. हे बोधवाक्य सर्वांनाच इतकं आवडत असे की, ओसामा बिन लादेनवर छापा घालण्यापूर्वी काही क्षण माझे कमांड सार्जन्ट मेजर क्रिस फरीस यांनी सील मोहीमेची सिद्धता करण्यापूर्वी ते उच्चारलं होतं. माझ्यासाठी ते बोधवाक्य हे केवळ ब्रिटिश स्पेशल फोर्सचं युनिट म्हणून बोधवाक्य नव्हतं, तर आपण प्रत्येकानेच आपल्या जीवनाकडे कसं पाहायला पाहिजे याचं द्योतक होतं.

आयुष्य हे संघर्ष आहे. अपयशाची संभाव्यता प्रत्येक क्षणी असते. तरीसुद्धा अपयश, कठोर श्रम किंवा लज्जा यांच्या भीतीपायी जे जगतात ते आपल्या संभाव्य क्षमता कधीही प्राप्त करू शकत नाहीत. जोवर आपण आपल्या मर्यादांबाहेर जाण्याचा प्रयत्न करणार नाही, कधीतरी एकदा दोरीवरून डोक्याच्या बाजूने सूर मारणार नाही, कधीतरी धाडस करणार नाही, तोवर आपल्या आयुष्यात नेमकं काय शक्य आहे हे आपल्याला कधीच उमगणार नाही.

प्रकरण सात

गुंडांसमोर ठाम उभे राहा.

तुम्हाला जर जग बदलायचं असेल तर...

शार्कसमोर माघार घेऊ नका.

आम्ही आमच्या चार मैलांच्या रात्रीच्या पोहण्याला सुरुवात केली तेव्हा सॅन क्लेमेंट बेटावरचं पाणी खवळलेलं आणि थंड होतं. इन्साईन मार्क थॉमस माझ्या बरोबरीने पोहत होता. आमच्या अंगावर सैलसर बसणारा पोशाख, तोंडावर मास्क आणि पायात फीन्स होते. आम्ही प्रवाहाविरुद्ध पोहत होतो. त्या छोट्या द्वीपकल्पाभोवती प्रवाह दक्षिण दिशेने फिरत होता. ज्या नौदलाच्या तळापासून आम्ही सुरुवात केली होती तिथून जसं अंतर वाढत गेलं तसे तिथले दिवे फिकट दिसू लागले. साधारणतः तासाभरात आम्ही किनाऱ्यापासून मैलभर दूर पोहोचलो. पाण्यात आम्हीच होतो असं वाटत होतं. आमच्या भोवतालचे इतर पोहणारे अंधारात लपले होते.

मार्कच्या मास्कला डोळ्यांच्या जागी असलेल्या काचेतून मला त्याचे डोळे दिसत होते. त्याच्या चेहऱ्यावर अगदी माझ्याचसारखे भाव असणार. सॅन क्लेमेंटच्या पाण्यात अनेक शार्क आहेत हे आम्हाला ठाऊक होतं. केवळ शार्क नाही तर मोठे पांढरे शार्क्ससुद्धा तिथे होते. महासागरातले ते सर्वांत मोठे आणि कट्टर नरभक्षक होते. त्या रात्री आमच्या समोर असणाऱ्या संभाव्य धोक्यांबद्दल सील प्रशिक्षकांनी आम्हाला पोहण्यापूर्वी कल्पना दिली होती. त्या पाण्यात लेपर्ड शार्क्स, माको शार्क्स, हॅमरहेड शार्क्स, थ्रेशर शार्क्स आणि ज्यांची आम्हाला सर्वांत जास्त भीती होती ते ग्रेट व्हाइट शार्क्ससुद्धा होते.

महासागराच्या मध्यभागी, रात्री असं एकटं असताना, पाण्याच्या खाली भयानक धोका आहे हे माहीत असताना, ऐतिहासिक काळातला जीव तुमचा लचका तोडायला तत्पर आहे हे माहीत असताना एकटं असणं जरा भीतिदायकच होतं.

परंतु आम्हा दोघांनाही सील अभ्यासक्रम पूर्ण करण्याची इतकी तीव्र आस होती की, त्या रात्री त्या पाण्यातलं काहीही आम्हाला थोपवू शकत

नव्हतं. आम्हाला जर शार्क माशाचा सामना करावा लागला असता तर आम्ही दोघंही त्यासाठी सज्ज होतो. आमचं ध्येय सन्माननीय आणि थोर आहे याचा आम्हाला विश्वास होता. त्यातूनच आम्हाला धैर्य मिळालं आणि धैर्य हा एक उल्लेखनीय गुण आहे. आमच्या मार्गात काहीही आणि कुणीही उभं राहू शकणारं नव्हतं. धैर्य नसेल तर आपला मार्ग कुणी दुसरंच निश्चित करतं. धैर्य नसेल तर आपण जीवनातल्या मोहांना बळी पडतो. धैर्य नसेल तर जुलूम आणि अत्याचाराला बळी पडतो. धैर्य नसेल तर कुठलाही समाज विकसित होऊ शकत नाही. धैर्य नसेल तर जगातले ठग मान वर काढतात. धैर्य असेल तर आपण कुठलंही ध्येय साध्य करू शकतो. धैर्य असेल तर आपण दुष्ट शक्तींचा सामना करत त्यांचा पराजय करू शकतो.

सद्दाम हुसेन, आता इराकचे माजी राष्ट्राध्यक्ष, एका जुन्या पलंगाच्या टोकावर बसले होते. त्यांच्या अंगात केशरी जंपसूट होता. यूएसच्या सैन्याने त्यांना चोवीस तासांपूर्वी पकडलं होतं. ते आता युनायटेड स्टेट्सचे कैदी होते.

इराकच्या नव्या सरकारच्या नेत्यांना खोलीत येऊ देण्यासाठी मी दार उघडलं तेव्हा सद्दाम बसलेलेच राहिले. त्यांच्या चेहऱ्यावर तिरस्कार दिसत होता. त्यांच्या वृत्तीत कुठेही पश्चात्ताप किंवा शरणागतीचा भाव नव्हता. ताबडतोब, आलेल्या चारही इराकी नेत्यांनी त्यांच्यावर किंचाळायला सुरुवात केली. मात्र सारे सुरक्षित अंतरावर उभे होते. अत्यंत तिरस्काराने सद्दाम कठोर हसले. त्यांनी चौघांना बसण्यासाठी खुणावलं. आपल्या माजी हुकूमशहाची अद्याप भीती बाळगणारे ते चौघे एकेक घडीची खुर्ची उघडून त्यावर बसले. त्यांचं किंचाळणं, सद्दामकडे बोट दाखवणं सुरू राहिलं. त्यांचा माजी हुकूमशहा बोलू लागल्यावर ते सगळे शांत झाले.

सद्दाम हुसेनच्या नेतृत्वाखाली बाथ पार्टीने हजारो शिया इराकी आणि हजारो कुर्दना ठार केलं होतं. आपले जे अधिकारी आपल्याशी बेइमानी करत आहेत असं सद्दामला वाटलं होतं त्यांना सद्दामनी स्वतः संपवलं होतं.

खोलीतल्या कोणालाही सद्दामकडून धोका नाही याबद्दल मी जाणून असलो तरी त्या इराकी नेत्यांना तशी खात्री नव्हती. त्यांच्या नजरेतली भीती लपत नव्हती. समोर बसलेला तो माणूस बगदादचा खाटीक होता. कैक

दशकं त्याने संपूर्ण देशाला दहशतीखाली ठेवलं होतं, त्यांच्या व्यक्तिमत्त्वात असं काही होतं ज्यायोगे अनेक अनुयायी त्यांना सामील झाले होते. त्यांच्या मुठीत असणाऱ्या खुनी ठगांनी हजारो निरागसांवर अत्याचार केले होते, त्यांना देश सोडायला भाग पाडलं होतं. त्या हुकूमशहाला आव्हान देण्याचं धैर्य कोणाही इराकीत नव्हतं. माझ्या मनात जराही किंतू नव्हता की, या नव्या नेत्यांना अद्यापही सद्दामची भीती वाटत होती, तुरुंगातूनही ते काय करू शकतील याची दहशत होती.

इथून पुढे सद्दाम सत्तेत नाही हे त्यांना दाखवणं हा त्या भेटीचा उद्देश होता - पण तो उद्देश असफल झाला होता. त्या काही क्षणांत सद्दामनी या नव्या नेत्यांना घाबरवलं होतं, भेदरवलं होतं. पूर्वीपेक्षाही त्यांचा आत्मविश्वास अधिक ठळक दिसत होता.

इराकी नेते गेल्यानंतर मी माझ्या रक्षकांना सूचना दिली. त्यानुसार एका छोट्या खोलीत त्या माजी राष्ट्राध्यक्षांना एकट्यालाच ठेवण्यात आलं. त्यांना भेटायला कोणीही येणार नव्हतं. सद्दामशी संभाषण न करण्याची सूचना रक्षकांना दिली होती. पुढच्या महिन्यात मी त्या छोट्या खोलीत रोज जात होतो. दर दिवशी माझं अभिवादन करायला सद्दाम उठून उभे राहत होते. दर दिवशी, न बोलता मी त्यांना त्यांच्या पलंगावर बसण्याचा निर्देश करत होतो. माझा संदेश स्पष्ट होता. इथून पुढे त्यांचं महत्त्व संपलं होतं. ते आता भोवतालच्यांना घाबरवू शकणार नव्हते. ते आता प्रजेच्या मनात भीती उत्पन्न करू शकणार नव्हते. त्यांचा झगमगणारा राजवाडा गेला होता. त्यांच्या दासी, नोकर-चाकर, लवाजमा आणि अधिकारी गेले होते. सत्ता गेली होती. त्यांचं आधिपत्य निश्चित करणारा उद्दामपणा आणि अत्याचार संपला होता. धैर्यवान तरुण अमेरिकन सैनिकांनी त्यांच्या अत्याचाराविरुद्ध उभं राहण्याचा ठामपणा दाखवला होता. आता सद्दाम कोणालाच भीती दाखवू शकणार नव्हते.

त्यानंतर तीस दिवसांनी मी सद्दाम हुसेन यांना यथोचित मिलिटरी पोलीस युनिटमध्ये नेऊन पोहोचवलं. त्यानंतर, वर्षभराने इराकी नागरिकांनी सद्दाम हुसेनना देशाविरुद्ध केलेल्या आरोपांपोटी फासावर चढवलं.

ठग नेहमी सारखेच असतात, ते शाळेच्या ठिकाणी असोत, कामाच्या ठिकाणी असोत किंवा दहशतीच्या माध्यमातून देशावर आधिपत्य गाजवणारे

असोत. इतरांच्या मनातली भीती आणि दहशत यांवर ते फोफावतात. डरपोक आणि दुर्बळ मनाच्या माध्यमातून या ठगांमध्ये सामर्थ्य येतं. पाण्यातल्या भीतीची जाणीव होणाऱ्या शार्कसारखे असतात ते. त्यांचं सावज धडपड करत आहे का हे पाहण्यासाठी ते घिरट्या घालतात. त्यांचा बळी दुर्बल आहे का हे पाहण्यासाठी ते टोचून पाहतात. त्यांच्या समोर ठामपणे उभं राहण्याचं धैर्य तुम्हाला जर दाखवता आलं नाही तर ते हल्ला करतात. आयुष्यात आपली ध्येयं साध्य करण्यासाठी, रात्रीचं ते पोहणं पूर्ण करण्यासाठी, आपल्याला अफाट धैर्य दाखवावं लागेल. ते धैर्य आपल्या प्रत्येकात असतं. जरा खोलवर खणून पाहा, तुम्हाला ते विपुल प्रमाणात गवसेल.

प्रकरण आठ

प्रसंग साजरा करा.

तुम्हाला जर जग बदलायचं असेल तर...

अत्यंत अंधकारमय क्षणी
तुमच्यातलं सर्वोत्तम द्या.

जमिनीवरच्या वाळूच्या लहानशा तुकड्यावर उभं राहून मी उपसागरात दिसणाऱ्या युद्धनौकांच्या रांगेकडे पाहत होतो. ३२ स्ट्रीट नेव्हल बेसमध्ये त्या नांगरलेल्या होत्या. त्या युद्धनौका आणि आमच्या आरंभबिंदूदरम्यान सॅन डिएगो बेमध्ये एक छोटीशी नौका होती. ती आमचं 'टारगेट' असणार होती. गेले कित्येक महिने आमचा प्रशिक्षण वर्ग मूलभूत स्कूबा डायव्हिंग शिकण्यात गर्क होता. त्या जोडीने बुडबुडेविहीन, इमर्सन क्लोज्ड सर्किट डायव्हिंग रीगचाही सराव आम्ही करत होतो. त्या रात्री आमच्या डाइव्ह फेजचा, सील प्रशिक्षणाचा तांत्रिकदृष्ट्या सर्वांत कठीण भाग होता.

आरंभबिंदूपासून सुरुवात करत, पाण्याखालून २००० मीटर पोहत उपसागरात उभ्या असलेल्या त्या बोटीपर्यंत जाण्याचं ध्येय आमच्या समोर होतं. बोटीखाली पोहोचल्यावर आमच्या जवळचे सरावाचे सुरुंग जहाजाच्या कण्यावर ठेवून, कोणाच्याही नजरेस न पडता पुन्हा किनाऱ्यावर परतायचं होतं. इमर्सन डायव्हिंग उपकरणाला 'डेथ रिग – मृत्युरिंगण' म्हटलं जातं. क्वचित कधीतरी ते नीट न चालण्याबद्दल प्रसिद्ध होतं. इमर्सन वापरताना सीलचे अनेक प्रशिक्षणार्थी मेल्याचं सीलच्या लोककथांमधून सांगितलं जात असे.

रात्रीच्या वेळेस सॅन डिएगो बेमधली दृश्यमानता इतकी वाईट असे की, समोर असलेला आपला हातही नजरेस पडत नसे. पाण्याखाली असताना कंपास दिसण्याकरता छोटासा हिरवा रासायनिक प्रकाश तेवढा आमच्या जवळ असे. हे कमी म्हणून की काय, धुकंसुद्धा येऊ घातलं होतं. उपसागरावर सगळीकडून ते उतरू लागलं होतं. आमच्या टार्गेटचा अंदाज घेण्यासाठी कंपास वापरणं कठीण झालं होतं. टार्गेट गमावलं तर आम्ही जहाजांच्या मधल्या चॅनेलमध्ये अडकलो असतो. युद्धनौका बंदराला लागत असताना अडकण्यासाठी ती जागा मुळीच योग्य नव्हती.

रात्री पाण्यात उतरणाऱ्या डायव्हर्सच्या पंचवीस जोड्यांपुढे सीलचे प्रशिक्षक येरझाऱ्या घालत होते. आमच्याइतकेच तेही अस्वस्थ झालेले

दिसत होते. प्रशिक्षणातला हा भाग सर्वाधिक धोकादायक आहे हे त्यांना माहीत होतं. याच टप्प्यावर कोणी जखमी होण्याची किंवा मृत होण्याची दाट संभाव्यता होती.

त्या कार्यक्रमाची सूत्रं ज्या चीफ पेटी ऑफिसरकडे होती त्याने सगळ्यांना लहान वर्तुळात जमा करून बोलायला सुरुवात केली. ते म्हणाले, ''जन्टलमेन, तुमच्यातल्या कोणत्या दर्यावर्दीला खरोखरच फ्रॉगमन व्हायचं आहे ते आज रात्री आम्ही शोधून काढू.'' परिणाम साधण्यासाठी ते थोडं थबकून म्हणाले, ''तिथे अत्यंत थंडी आणि अंधार आहे. जहाजाखाली त्याहून अंधार असेल. इतका अंधार की, तुम्ही विचलित व्हाल. इतका अंधार की, तुम्ही तुमच्या पोहणाऱ्या जोडीदारापासून विलग व्हाल, तो तुम्हाला शोधू शकणार नाही.'' धुकं आमच्या बाजूला दाट होऊ लागलं होतं. जमिनीच्या ज्या भागावर आम्ही उभे होतो तो भागसुद्धा धुक्याने वेढला गेला. ''आज रात्री तुम्हाला तुमच्यातलं सर्वोत्तम ते दाखवावं लागेल. तुम्हाला वाटणारी भीती, शंका आणि थकवा यापल्याड तुम्हाला पोहोचावं लागेल. कितीही अंधार झाला तरी तुम्ही तुमचं मिशन पूर्ण केलंच पाहिजे. त्यानेच तुम्ही इतरांहून वेगळे ठरणार आहात.'' कसं कोण जाणे, तीस वर्षं त्यांचे ते शब्द माझी सोबत करत राहिले.

अफगाणिस्तानच्या बगराम एअरबेसच्या धावपट्टीला धुकं वेढत असताना मी पाहत होतो. माझ्या समोर आणखी एक अंधकारमय क्षण उलगडत होता. धावपट्टीवर एक अगडबंब सी-१७ विमान उभं होतं. त्याचा रॅम्प खाली काढला होता. एका शहीद योद्ध्याचे अवशेष स्वीकारण्यासाठी विमान सज्ज होतं.

तो रॅम्प सेरेमनी होता - इराक आणि अफगाणिस्तानचा युद्धातला सर्वाधिक गंभीर आणि तरीसुद्धा अत्यंत प्रेरणादायक घटक. अमेरिका स्वतःचं सर्वोत्तम प्रकट करत होती. कुठल्याही पार्श्वभूमीच्या कुठल्याही स्त्री-पुरुषाने युद्धात शेवटच्या क्षणी जे शौर्य दाखवलं होतं त्यासाठी त्यांचा अत्यंत उच्च सन्मान करण्यात येत होता. त्यांचा त्याग लक्षात घेण्याची आमच्या राष्ट्राची ती पद्धत होती. त्यांची घरी पाठवणूक करण्यापूर्वीचा तो

आमचा शेवटचा सलाम, शेवटचे धन्यवाद आणि शेवटची प्रार्थना होती. रॅम्पच्या बाजूने सैनिकांच्या दोन समांतर रांगा उभ्या राहिल्या. परेड विश्राम अवस्थेत आली. त्यानंतर सगळ्यांनी शेवटची सलामी दिली. विमानाच्या उजव्या बाजूला छोटासा तीनस्तरीय बँड 'अमेझिंग ग्रेस' ही धून सौम्यपणे वाजवत होता.

माझ्यासारखे काही जण डावीकडे उभे होते. हँगरमध्ये शेकडो सैनिक, खलाशी, वैमानिक, मरिन्स, नागरिक आणि आमचे मित्र उभे होते. ते त्यांच्याकडून शेवटचा नमस्कार करायला आले होते.

वीरांचे शेवटचे अवशेष वाहून नेणारी हम्वी जीप येऊन उभी राहिली. मृत्यू पावलेल्या वीरांच्या युनिटमधली सहा माणसं खांदा द्यायला पुढे झाली. झेंड्यात लपेटलेली शवपेटी सावकाश खांद्यावर पेलली गेली. 'गार्ड ऑफ ऑनर'चा स्वीकार करत, रॅम्पवरून ती पेटी विमानात चढवली गेली.

विमानाच्या सामान ठेवण्याच्या भागात मध्यभागी पेटी ठेवून सगळे तत्परतेने वळले. 'सावधान' स्थितीत उभं राहत सगळ्यांनी सलामी दिली. शवपेटीच्या डोक्याकडच्या भागात उभ्या असलेल्या धर्मगुरूंनी मान तुकवली. 'इसाह सहा-आठ'मधून त्यांनी वाचायला सुरुवात केली.

''आणि मी ईश्वराला विचारताना ऐकलं, मी कोणाला पाठवू, आपल्यासाठी कोण जाईल? मी म्हणालो, हा मी आहे. मला धाडा!''

'टॅप्स' वाजवायला सुरुवात झाली. सैनिकांच्या डोळ्यांतून अश्रू घरंगळू लागले. कुणीही वेदना लपवण्याचा प्रयत्न केला नाही.

खांदा देणारे बाहेर पडले. बाहेर रांगेत उभे असलेले सैनिक एकेक करत आत जाऊ लागले. सलाम करत, शवपेटीच्या बाजूला गुडघे टेकवून प्रत्येकाने शेवटची आदरांजली अर्पण केली.

त्या दिवशी थोड्या वेळाने सी-१७ उड्डाण करणार होतं. वाटेत इंधन भरून ते डोव्हर एअरफोर्स बेस इथे उतरणार होतं. तिथे धारातीर्थी पडलेल्या सैनिकाच्या कुटुंबासमवेत पुन्हा एकदा गार्ड ऑफ ऑनर उपस्थित असणार होते. ती शवपेटी इतमामात त्याच्या घरी नेण्यात येणार होती.

आपल्या प्रिय व्यक्तीला कायमचं गमावण्याइतका आयुष्यात कुठलाही अंधकारमय क्षण नाही. तरीसुद्धा अनेकानेक कुटुंबं, सैनिकी लष्करी युनिट्स,

नगरं, शहरं आणि देश म्हणून आम्ही ह्या कठीण काळात सर्वोत्तम प्रकट करण्यासाठी कसे एकत्र येत आहोत हे मी पाहत आलो आहे.

इराकमध्ये जेव्हा एक अनुभवी आर्मी अधिकारी मारला गेला तेव्हा त्याचा जुळा भाऊ ताठ मानेने उभा राहिला. सैनिक असलेल्या आपल्या भावाच्या मित्रांचं सांत्वन त्याने केलं. कुटुंबाला एकत्र ठेवलं, आत्यंतिक गरजेच्या वेळेस त्याने दाखवलेल्या सामर्थ्याचा अभिमान त्याच्या दिवंगत भावाला वाटेल यासाठी त्याने आटोकाट प्रयत्न केला.

धारातीर्थी पडलेल्या रेंजरल जेव्हा जॉर्जिया इथल्या सव्हानामध्ये त्याच्या घरी परत पाठवलं गेलं तेव्हा त्याच्या सगळ्या युनिटने सर्वोत्तम गणवेश धारण करत चर्चपासून रिव्हर स्ट्रीटवर असलेल्या रेंजरच्या आवडत्या बारपर्यंत मार्चिंग केलं. रस्त्याच्या दुतर्फा सगळी सव्हाना नगरी गोळा झाली होती. अग्निशमन दल, पोलीस अधिकारी, सैनिक, प्रत्येक कानाकोपऱ्यातले नागरिक तिथे अफगाणिस्तानच्या युद्धात वीरमरण प्रत्करलेल्या त्यांच्या तरुण सैनिकाला सलाम करायला पोहोचले होते.

अफगाणिस्तानमध्ये सीव्ही-२२ हे विमान कोसळलं तेव्हा वैमानिक आणि आत बसलेले अनेक जण ठार झाले. त्या युनिटचे इतर विमान कर्मचारी एकत्र आले, त्यांनी त्यांना आदरांजली अर्पण केली आणि दुसऱ्या दिवशी ते पुन्हा उड्डाणाला तयार झाले. आपल्या धारातीर्थी पडलेल्या बंधूंना आपण विमानसज्ज होऊन मिशन पूर्णत्वाला नेलेले आवडेल हे त्यांना मनोमन ठाऊक होतं. हॅलिकॉप्टर कोसळून २६ स्पेशल ऑपरेटर्स आणि ६ नॅशनल गार्डचे सैनिक ठार झाले, तेव्हा सगळ्या देशाने शोक व्यक्त केला, परंतु मृत्युमुखी पडलेल्या त्या वीरांचं धैर्य, देशभक्ती आणि शौर्याबद्दल साऱ्यांना अमाप अभिमान वाटला.

आपल्या प्रत्येकाच्या आयुष्यातच कधी ना कधी असा अंधकारमय क्षण येतो. कधी आपण प्रिय व्यक्ती गमावतो, कधी आपलं चैतन्य चिरडलं जातं, भविष्याबद्दल आपण चिंतित होतो. त्या अंधकारमयी क्षणी, स्वतःच्या मनात खोलवर पोहोचा आणि आपल्यातलं सर्वोत्तम ते समोर आणा.

प्रकरण नऊ

लोकांच्या मनात आशा निर्माण करा.

तुम्हाला जर जग बदलायचं असेल तर...

जेव्हा गळ्यापर्यंत चिखलात रुतला असाल,
तेव्हा गायला सुरुवात करा.

ताशी वीस मैल वेगाने रात्रीचं वारं महासागरावरून घोंघावत येत होतं. आकाशात चंद्र नव्हता. उतरत्या संध्याकाळी दाटलेल्या ढगांमुळे चांदण्या दिसत नव्हत्या. छातीपर्यंतच्या चिखलात मी होतो. चिखलाने पूर्ण बरबटलो होतो. वाळलेल्या चिखलामुळे माझी दृष्टी अधू झाली होती. माझ्या बरोबर त्या खड्ड्यात असणाऱ्या माझ्या सहाध्यायींची बाह्याकृती तेवढी मला दिसू शकत होती.

'हेल वीक' (नरक आठवडा)चा बुधवार होता तो. आम्ही सर्व सील प्रशिक्षणार्थी कुप्रसिद्ध तिजुआना चिखलात पोहोचलो होतो. हेल वीक हा सील प्रशिक्षणाच्या पहिल्या टप्प्याचा महत्त्वाचा भाग असतो. सलग सहा दिवस झोपता येत नाही. प्रशिक्षक वाट्टेल तसा छळ करत राहतात. मैलोन्‌मैल धावणं, महासागरात पोहणं, अडथळ्यांच्या शर्यती, दोरीवरून चढणं-उतरणं, कॅलिस्थेनिक्सचे न संपणारे सराव, छोट्या सपाट बोटीतून (आयबीएस-इन्फ्लॅटेबल बोट स्मॉल) सतत पेडल मारणं, हे आणि असंच. हेल वीकचा उद्देशच सर्व दुर्बलांना, सील होण्यास पुरेसं खंबीर नसणाऱ्यांना काढून टाकणं हा होता.

प्रशिक्षणाच्या इतर कुठल्याही सत्रापेक्षा हेल वीकमध्ये सर्वाधिक विद्यार्थी प्रशिक्षण सोडून जातात. चिखलात बसून राहणं हा आठवड्यातला सगळ्यात कठीण भाग असतो. दक्षिण सॅन डिएगो आणि मेक्सिकोदरम्यान असणारा हा चिखलाचा भाग म्हणजे सॅन डिएगोकडून येणारा सगळा मैला साठवण्याची जागा. सततच्या मैल्यामुळे त्या भागात गच्च, दाट, खोल, चिखलासारखा राडा तयार झाला आहे.

त्या दुपारी आमचा सगळा वर्ग कोरोनॅडोपासून रबरी बोटी वल्हवत त्या चिखलाच्या भागापर्यंत येऊन पोहोचला होता. येता क्षणी आम्हाला

चिखलात उतरायला सांगण्यात आलं. वेगवेगळ्या शर्यती आणि वैयक्तिक स्पर्धा सुरू झाल्या. आम्ही सतत ओले, थंड आणि विचित्र अवस्थेत कसे राहू यावर कटाक्ष राखला गेला. आमच्या शरीराच्या प्रत्येक भागाला चिखल घट्ट बिलगला होता. तो इतका दाट होता की, त्यातून पुढे जाणं अतिशय श्रमवणारं होतं. इच्छाशक्तीची कमाल मर्यादा तपासली जात होती.

कित्येक तास त्या शर्यती सुरू राहिल्या, संध्याकाळी तर थंडी आणि थकवा आमच्या हाडांपर्यंत पोहोचल्यामुळे आम्हाला हालचाल करणंही कठीण झालं होतं. सूर्यास्त होताच तापमान खाली आलं, वारं उधाणलं आणि आमच्या कष्टात भर पडली.

आमचं नीतिधैर्य झपाट्याने खचू लागलं होतं. तो जेमतेम बुधवार होता. आणखी तीन दिवस आम्हाला असह्य यातना आणि थकवा सहन करावा लागणार होता. अनेक विद्यार्थ्यांसाठी हा सत्य गवसण्याचा क्षण होता. प्रत्येक जण अक्षरशः थरथरत होता. सततच्या वापराने हातपाय सुजले होते. त्वचा अति अलवार झाल्याने किंचित हालचालही आत्यंतिक यातनादायक होत होती. प्रशिक्षण पूर्ण करण्याची आमची आशा झपाट्याने ओसरू लागली होती.

दूरवरच्या शहराच्या उजेडाच्या पार्श्वभूमीवर आमच्या सील प्रशिक्षकांची बाह्याकृती आम्हाला दिसली. ते मुद्दामच चिखलाच्या टोकाशी येऊन उभे राहिले. हातातल्या कर्ण्यातून ते एखाद्या जिवलग मित्राप्रमाणे आमच्याशी गोड बोलू लागले, त्रास होणाऱ्या प्रशिक्षणार्थींचं सांत्वन करू लागले. आम्ही त्यांच्या बरोबर जाऊन इतर प्रशिक्षकांबरोबर शेकोटीजवळ बसू शकत होतो. त्यांच्याकडे गरमागरम कॉफी आणि चिकन सूप तयार होतं. सूर्योदय होईपर्यंत आम्ही तिथे आराम करू शकणार होतो. आम्ही तिथून उठून बाहेर पडणं तेवढं गरजेचं होतं.

माझ्या लक्षात आलं की, त्यांचा हा प्रस्ताव स्वीकारण्याची काही विद्यार्थ्यांची तयारी झाली होती. तसंही, या चिखलात कोण किती दम धरू शकणार होतं? शेकोटीची ऊब, गरमागरम कॉफी आणि चिकन सूप- अहाहा! ऐकायलाच गोड वाटत होतं. इथेच मेख होती. त्यांच्या बरोबर जायला आमच्यातले केवळ पाच जण पुरेसे होते. माघार घेणारे केवळ पाच जण. तसं झालं की, आमच्या वर्गाला या दुःखातून थोडी सुटका मिळणार

होती. माझ्या बाजूचा विद्यार्थी त्या प्रशिक्षकाच्या दिशेने जायला सज्ज झाला. त्या क्षणी, मी झटक्यात त्याचा हात घट्ट धरला, परंतु चिखलातून बाहेर पडण्याची त्यांची ऊर्मी तीव्र होती. त्याने माझा हात सोडवून घेत कोरड्या जमिनीकडे चालू लागण्याची तयारी केली. प्रशिक्षकांना हसू आल्याचं मला दिसलं. एक माणूस बाहेर पडला की, बाकीचे आपसूकच त्याच्या मागून येतील हे त्यांना ठाऊक होतं.

अचानक, वाऱ्याच्या आवाजाला भेदत दुसरा एक आवाज आला. गाण्याचा. थकलेला आणि घोगरा, पण सगळ्यांना ऐकू येईल इतका मोठा होता. गाण्याचे शब्द आमच्या श्रमलेल्या कानांसाठी यथार्थ नसले तरी प्रत्येकाला चाल ठाऊक होती. एका आवाजात दुसरा आवाज मिसळला, मग तिसरा आणि पाहता पाहता प्रत्येक जण गाऊ लागला.

कोरड्या जमिनीच्या दिशेने निघालेला तो विद्यार्थी वळून पुन्हा माझ्या बाजूला उभा राहिला. माझ्या हातात हात घालून त्यानेही गायला सुरुवात केली. प्रशिक्षकाने पुन्हा कर्णा उचलून सगळ्या वर्गाला गाणं बंद करायला ओरडून सांगितलं. कोणीच ऐकलं नाही. प्रशिक्षणार्थींना ताब्यात ठेवावं असं त्यांनी ओरडून वर्गनेत्याला सांगितलं. गाणं सुरूच राहिलं. प्रशिक्षक जेवढी जास्त धमकी देत होते तितका आमचा आवाज मोठा होत होता, वर्ग अधिक दृढ होत होता, अत्यंत प्रतिकूल परिस्थितीतसुद्धा आमची इच्छाशक्ती अतूट झाली होती. त्या अंधकारात, शेकोटीच्या प्रकाशात, प्रशिक्षकाच्या चेहऱ्यावरचं हसू मला दिसलं. पुन्हा एकदा आम्ही एक महत्त्वाचा धडा शिकलो होतो - एखाद्या समूहाला एकत्र करण्याची एखाद्या व्यक्तीची ताकद, सभोवतालच्यांना प्रेरित करण्याची एखाद्या व्यक्तीची ताकद, त्यांना आशा देण्याची ताकद. मानेपर्यंत चिखलात गाडलं गेलं असताना जर एक व्यक्ती गाऊ शकते, तर आम्हीसुद्धा गाऊ शकत होतो. जर गोठवणाऱ्या थंडीत एक व्यक्ती टिकून राहू शकत असेल, तर आम्हीसुद्धा राहू शकत होतो. एक व्यक्ती दम धरू शकत असेल, तर आम्हीसुद्धा धरू शकत होतो.

डोव्हर बेसवरची मोठी खोली शोकग्रस्त कुटुंबांनी व्यापली होती - आईच्या कुशीत हुंदके देत रडणारी मुलं, एकमेकांकडून हिंमत मिळवण्याची आशा

बाळगणारे, एकमेकांचा हात धरलेले पालक, चेहऱ्यावर अविश्वासाची भावना असणाऱ्या वीरपत्नी. पाच दिवसांपूर्वीच नेव्ही सील आणि अफगाण स्पेशल ऑपरेशन्स पार्टनर्सना घेऊन जाणारं आर्मी एव्हीएटर्सचं हॅलिकॉप्टर अफगाणिस्तानमध्ये पाडण्यात आलं होतं. त्यातले सर्व ३८ वीर ठार झाले होते. दहशतवादाविरुद्धच्या युद्धातली ती सर्वांत मोठी हानी होती.

तासाभरात एक मोठं सी-१७ वाहतूक विमान डोव्हरमध्ये उतरणार होतं. ध्वजात गुंडाळलेल्या शहीद जवानांच्या शवपेट्या स्वीकारण्यासाठी त्यांची कुटुंबं पुढे येणार होती. सर्व जण तिष्ठत असताना युनायटेड स्टेट्सचे राष्ट्राध्यक्ष, संरक्षण सचिव, सेवा सचिव आणि ज्येष्ठ लष्करी अधिकारी शेवटची आदरांजली वाहायला आणि शक्य तेवढं सांत्वन करायला उपस्थित होते. शहीद झालेल्या कैक वीरांच्या अंत्यसंस्कारासाठी मी तोवर हजेरी लावली होती. मोठा अवघड असतो तो प्रसंग. माझ्या शब्दांनी कुणाचं काही सांत्वन होईल का, कुणाला काही फरक पडेल का, ज्यांनी आपल्या प्रिय व्यक्तींना गमावलं आहे त्यांना काही फरक पडेल का? गमावण्याच्या त्या धक्क्यातून ते बाहेर येऊ शकतील का? असे प्रश्न मला भेडसावतात. माझं म्हणणं कदाचित त्यांच्यापर्यंत पोहोचणार नाही असंही मला वाटतं.

पत्नी जॉर्जॲनबरोबर मी उपस्थित कुटुंबांशी बोलण्याचा प्रयत्न करू लागलो. योग्य शब्दांसाठी चाचपडू लागलो. त्यांची वेदना माझ्यापर्यंत खरोखरच कशी पोहोचणार होती? त्यांनी त्यांचा मुलगा, नवरा, पिता, भाऊ, मित्र गमावला होता, त्याचं मोल मी कोणत्या शब्दांत सांगणार होतो? प्रत्येकाचं सांत्वन करण्याचा मी माझ्या परीने उत्तम प्रयत्न केला. मी त्यांना कुशीत घेतलं, त्यांच्या बरोबर प्रार्थना म्हटली, त्यांच्यासाठी खंबीर राहण्याचा प्रयत्न केला; पण कुठेतरी माझे शब्द अपुरे असण्याची जाणीव होतीच.

अशाच एका ज्येष्ठ महिलेशी बोलण्याचा प्रयत्न करताना मला दिसलं की, माझ्या बाजूचं कुटुंब मरीन लेफ्टनंट जर्नल जॉन केली यांच्याशी बोलत आहे. केली हे संरक्षण सचिवांचे लष्करी सहायक होते. उंच आणि सडपातळ केलींचे राखाडी केस अगदी बारीक कापले होते. त्यांच्या अंगावर मरीनचा टापटीप गणवेश होता. ते कुटुंब त्यांच्या भोवती जमलं होतं. केलींचे सांत्वनपर शब्द त्या कुटुंबाला त्या आपत्तीत प्रेरित करत होते. वेदनेने

कळवळलेल्या पालकांच्या आणि मुलांच्या चेहऱ्यावर त्याचा परिणाम दिसून येत होता. केलींनी त्यांच्याकडे पाहत स्मित केलं. त्या कुटुंबानेही स्मित केलं. केलींनी त्यांना मिठी मारली. त्यांनीही मिठी मारली. केलींनी हात समोर करताच कुटुंबाने तो पटकन घट्ट पकडला.

पुन्हा एकदा त्या पालकांना कुशीत घेऊन आणि कुटुंबाने केलेल्या त्यागाबद्दल त्यांचे आभार मानून केली पुढच्या गटाकडे वळले. तोही गट तितकाच विषण्ण होता. पुढच्या तासभरात जॉन केलींनी त्या खोलीतल्या जवळपास प्रत्येक कुटुंबाचं सांत्वन केलं. इतर कुठल्याही अभ्यागतापेक्षा त्या दिवशी केलींच्या शब्दांतून प्रत्येक उपस्थित पालक, पत्नी, भाऊ, बहीण आणि मित्राच्या भावना व्यक्त झाल्या. प्रतिध्वनित झाल्या. त्यांचे शब्द समजूतदार होते. त्यांच्या शब्दांत कणव होती. मुख्य म्हणजे त्यांच्या शब्दांत आशा होती.

केवळ जॉन केलींनीच त्या दिवशी काही फरक घडवून आणला होता. केवळ जॉन केलीच त्यांना आशा देऊ शकले. कारण युद्धात मुलगा गमावणं म्हणजे काय हे केवळ जॉन केलींनाच ठाऊक होतं.

अफगाणिस्तानच्या युद्धात २०१०मध्ये मरीन फर्स्ट लेफ्टनंट रॉबर्ट केली शहीद झाले होते. त्या वेळेस ते थर्ड बटालिअन, फिफ्थ मरीनमध्ये काम करत होते. जनरल केली आणि त्यांच्या कुटुंबाने या विपत्तीचा सामना करण्यासाठी अतोनात संघर्ष केला होता – त्या दिवशी डोव्हरमध्ये झटणाऱ्या प्रत्येक कुटुंबाप्रमाणे. त्या संघर्षातून केली कुटुंब तग धरून राहिलं. वेदना, हृदयभंग आणि गमावल्याची कधीही न संपणारी जाणीव यातून ते बाहेर निघालं होतं.

त्या दिवशी त्यांना पाहताना मलासुद्धा बळ मिळालं. आपण जेव्हा एखादा सैनिक गमावतो, तेव्हा त्या कुटुंबासाठी आपण करत असलेला शोक खरा असतोच, त्या जोडीला कधी ना कधी हेच नशीब आपल्याही वाट्याला येईल अशी भीती मनात असते. मूल गमवावं लागलं, तर सोसवेल का असा प्रश्न आपल्याला पडतो. तुम्ही जगात उरला नाही तर तुमचं कुटुंब कसं पुढे जाईल, हा प्रश्न मनाला भेडसावतो. ईश्वर कृपा करेल आणि तुमच्या खांद्यावर असं कल्पनातीत ओझं टाकणार नाही अशी आशा तुम्ही बाळगता, अशी प्रार्थना करता.

पुढच्या तीन वर्षांत जॉन केली माझे घनिष्ठ मित्र झाले. ते एक उल्लेखनीय अधिकारी होते. कॅरेन या पत्नीचे खंबीर पती होते, मुलगी केट आणि मोठा मुलगा मरीन मेजर जॉन केलीचे प्रेमळ पिता होते. त्याहीपेक्षा महत्त्वाचं म्हणजे जॉन केलींनी त्यांच्याही न कळत त्यांच्या भोवताली असणाऱ्यांना आशा दिली होती. अत्यंत नैराश्याच्या गर्तेतूनही आपण क्लेश आणि वेदनेतून बाहेर येऊन पुन्हा खंबीर होऊ अशी आशा. आपल्या प्रत्येकात पुढे जात राहण्याची क्षमता असून आपण केवळ जगणारच नाही तर इतरांना प्रेरणाही देऊ अशी आशा.

या विश्वात आशा हे सर्वाधिक सामर्थ्यशाली बल आहे. आशेच्या जोरावर राष्ट्रांना महान होण्यासाठी तुम्ही प्रेरित करू शकता. आशेच्या जोरावर तुम्ही तळागाळातल्यांना वर आणू शकता. आशेच्या माध्यमातूनच तुम्ही असह्य हानीच्या वेदनेला हलकं करू शकता. कधीकधी, केवळ एका व्यक्तीने फरक पडतो.

कधी ना कधी आपणही गळ्यापर्यंत चिखलात अडकू. त्या क्षणी मोठ्याने गाणं गा, मस्त हसा, भोवताली असणाऱ्यांना वर येणासाठी मदत करा आणि उद्याचा दिवस अधिक चांगला असेल ही आशा त्यांच्या मनात जागवा.

प्रकरण दहा

कधीही, कधीही सोडून देऊ नका!

तुम्हाला जर जग बदलायचं असेल तर...

कधीही, कधीही घंटा वाजवू नका.

सील प्रशिक्षणाचा पहिला दिवस होता. दीडशे विद्यार्थ्यांबरोबर मी 'सावधान' स्थितीत उभा होतो. पायात कॉम्बॅट बूट, अंगात खाकी शॉर्ट्स आणि निळा-सोनेरी टी-शर्ट घातलेले आमचे प्रशिक्षक आमच्या सर्वांसमोरून चालत, भल्यामोठ्या सिमेंट मैदानापलीकडे लटकवलेल्या पितळी घंटेकडे गेले.

त्यांनी बोलायला सुरुवात केली, ''जंटलमेन, आज सील प्रशिक्षणाचा तुमचा पहिला दिवस आहे. पुढचे सहा महिने युनायटेड स्टेट्स लष्कराचा सर्वाधिक कठोर अभ्यासक्रम तुम्ही पूर्ण करणार आहात.''

मी सभोवताली पाहिलं. माझ्या सह-अध्यायांच्या चेहऱ्यावर शंका उमटली होती.

प्रशिक्षक पुढे म्हणाले, ''आयुष्यात तुमची इतकी कठोर परीक्षा कधीच झाली नसेल.'' थोडंसं थांबून त्यांनी वर्गातल्या आम्हा सर्व नवीन 'बेडूक पिल्लां'कडे' पाहिलं. ''तुमच्यापैकी अधिकतर जणांना हे प्रशिक्षण पूर्ण करता येणार नाही याकडे मी आवर्जून लक्ष देईन,'' ते हसून म्हणाले. ''तुम्ही माघार घ्यावी यासाठी मला जे जे शक्य आहे ते सारं मी करेन!'' शेवटच्या शब्दांवर त्यांनी जोर दिला.. ''कुठलीही दयामाया न दाखवता मी तुमचा छळ करेन. तुमच्या टीममधल्या इतरांसमोर मी तुम्हाला लाज वाटायला लावेल. मी तुम्हाला तुमच्या मर्यादांपलीकडे ढकलेन.'' त्यांच्या चेहेऱ्यावर किंचित हसू उमटलं. ''खूप वेदना असतील. खूप म्हणजे खूपच वेदना.''

त्यांनी घंटेची दोरी जोरात ओढली. घंटा घणघणू लागली. मैदानात तो आवाज भरून राहिला. ''तुम्हाला जर वेदना आवडत नसेल, तुम्हाला

जर छळ आवडत नसेल तर एक सोपा मार्ग आहे.'' त्यांनी पुन्हा दोरी ओढली आणि पुन्हा घंटेचा घणघणाट इमारतीतून निनादू लागला. ''ही घंटा तीनदा वाजवली की, तुम्ही सोडून जाऊ शकाल.''

घंटेच्या लोलकाला बांधलेली दोरी त्यांनी सोडून दिली. ''घंटा वाजवा म्हणजे तुम्हाला सकाळी लवकर उठावं लागणार नाही. घंटा वाजवा म्हणजे तुम्हाला दूरवर दौड करावी लागणार नाही, थंड पाण्यात पोहावं लागणार नाही, अडथळ्यांची शर्यत पार करावी लागणार नाही. घंटा वाजवा आणि सर्व वेदना टाळा.''

त्यांनी खालच्या सिमेंटबांधणीकडे नजर टाकली. मनात योजलेल्या भाषणातून ते बाहेर पडल्यागत वाटले. ते म्हणाले, ''पण एक गोष्ट मी तुम्हाला सांगतो. तुम्ही जर असं सोडून दिलंत, तर आयुष्यभर पश्चात्ताप कराल. सोडून देण्यातून कधीच कुठली गोष्ट सोपी होत नसते.''

त्यानंतर सहा महिन्यांनी आमच्यापैकी केवळ तेहतीस लोक पदवीदानासाठी उभे होते. काहींनी सोपा मार्ग अंगीकारला होता. त्यांनी सोडून दिलं होतं. त्यांना आयुष्यभर पश्चात्ताप करावा लागेल हे प्रशिक्षकाचं म्हणणं बरोबर होतं असा माझा कयास आहे.

सील प्रशिक्षणादरम्यान मी जे अनेक धडे शिकलो त्यात हा सगळ्यात महत्त्वाचा धडा आहे. ''कधीही सोडून देऊ नका.'' हे ऐकायला फारसं सुखावह वाटत नाही, पण आयुष्य आपल्याला सतत अशा परिस्थितीत आणून टाकतं जिथे पुढे जाण्यापेक्षा सोडून देणं जास्त सोपं वाटतं. परिस्थिती इतकी विपरीत होते की, सोडून देणं हाच तार्किक उपाय वाटतो.

माझ्या कारकिर्दीत, स्वतःची कीव करायला नकार देणाऱ्या, सोडून द्यायला नकार देणाऱ्या अनेक स्त्री-पुरुषांनी मला सातत्याने प्रेरित केलं आहे. परंतु अफगाणिस्तानमधल्या हॉस्पिटलमध्ये ज्या तरुण आर्मी रेंजरला मी भेटलो होतो त्याने मला सर्वाधिक प्रेरित केलं आहे.

माझ्या एका सैनिकाचा पाय एका सुरुंगावर पडून तो जखमी झाल्याने त्याला माझ्या मुख्यालयाजवळ असणाऱ्या हॉस्पिटलमध्ये दाखल केल्याचा निरोप मला एका संध्याकाळी उशिरा मिळाला. रेंजर रेजिमेंटलचे कमांडर कर्नल एरिक कुरिल्ला आणि मी घाईने हॉस्पिटलकडे निघालो. आम्ही त्या सैनिकाच्या खोलीत पोहोचलो.

तो पलंगावर निजलेला होता. त्याच्या घशात आणि छातीत ट्यूब्ज घातल्या होत्या. त्याच्या हातांवर आणि चेहऱ्यावर स्फोटाच्या जखमा दिसत होत्या. जिथे त्याचे पाय असायला हवे होते ती जागा ब्लँकेटखाली मोकळी दिसत होती. त्याचं आयुष्य कायमचं बदललं होतं.

अफगाणिस्तान युद्धात जायबंदी होणाऱ्यांसाठीच्या त्या हॉस्पिटलमध्ये मी असंख्य चकरा मारल्या होत्या. युद्धात अधिकारी म्हणून वावरताना आपण मानवी वेदनांना आंतरिक आयाम न देण्याचा प्रयत्न करत असतो. हा सगळा युद्धाचा भाग आहे हे आपल्याला ठाऊक असतं. सैनिक जखमी होतात. सैनिक मरतात. तुम्ही घेतलेल्या निर्णयांपायी किती जणांचं आयुष्य संपुष्टात येणार आहे याचा परिणाम तुम्ही प्रत्येक निर्णयावर होऊ दिलात तर परिणाम साधण्यासाठी तुम्हाला अतोनात धडपड करावी लागेल.

मात्र, ती रात्र जरा वेगळी होती. माझ्या समोरचा तो रेंजर फारच तरुण होता, माझ्या दोन मुलांहून तरुण, केवळ एकोणीस वर्षांचा. त्याचं नाव होतं ॲडम बेट्स. जेमतेम आठवडाभर आधीच तो अफगाणिस्तानमध्ये दाखल झाला होता. ही त्याची पहिलीच लढाई होती. पुढे झुकत मी त्याच्या खांद्याला स्पर्श केला. तो बेशुद्धावस्थेत होता, औषधांच्या प्रभावाखाली होता. मिनिटभर तिथे थांबून मी छोटीशी प्रार्थना म्हटली. मी निघालो तेव्हा माझ्या सैनिकाकडे लक्ष द्यायला नर्स आली.

माझ्याकडे पाहून ती हसली. तिने त्याच्या नोंदी घेतल्या. त्याच्याबद्दल मी काही प्रश्न विचारू इच्छितो का, असं तिने मला विचारलं. त्याचे दोन्ही पाय कापावे लागले होते आणि त्याला स्फोटामुळे गंभीर जखमा

झाल्या होत्या हे वगळता तो जगण्याची शक्यता चांगली आहे असं तिने मला सांगितलं.

रेंजर बेट्सची इतकी उत्तम काळजी घेतल्याबद्दल मी तिचे आभार मानत तिला सांगितलं की, तो शुद्धीवर आल्यावर मी परत येईन. त्यावर ती म्हणाली, ''तो शुद्धीवरच आहे. उलट, त्याच्याशी जरा बोललात तर बरं होईल.'' तिने हळुवारपणे तरुण रेंजरला हलवलं. डोळे किंचित उघडून त्याने माझ्या उपस्थितीची दखल घेतली.

''या क्षणी तो बोलू शकत नाही, त्याची आई कर्णबधिर होती त्यामुळे तो खुणेची भाषा जाणतो,'' असं म्हणत नर्सने माझ्या हातात एक कागद ठेवला. त्यावर वेगवेगळ्या खुणा दिल्या होत्या.

मी पुढचा मिनिटभर त्याच्याशी बोलत होतो. योग्य ते बोलण्यासाठी मी माझ्यातच खंबीरता शोधत होतो. आपल्या देशाची सेवा करताना दोन्ही पाय गमावलेल्या तरुणाला तुम्ही काय सांगणार? भविष्याबद्दल त्याच्या मनात चांगल्या भावना कशा निर्माण करणार?

स्फोटामुळे बेट्सचा चेहरा सुजला होता, डोळे अतिशय लाल झाले होते. चेहऱ्याला गुंडाळलेल्या बँडेजमधून त्याचे डोळे फारसे दिसतही नव्हते. त्याने क्षणभर माझ्याकडे पाहिलं. माझ्या चेहऱ्यावरची कीव त्याच्या लक्षात आली असावी.

हात उंचावून त्याने खुणा करायला सुरुवात केली.

त्याच्या खुणांचा अर्थ जाणून घेण्यासाठी मी कागदाचा आधार घेतला. वेदनेच्या त्याही अवस्थेत त्याने मला अतिशय सावकाश खुणा करून सांगितलं, ''मी – ठीक – होईन.'' मग तो पुन्हा गाढ झोपी गेला.

त्या संध्याकाळी हॉस्पिटलमधून बाहेर पडल्यावर मी रडू आवरू शकलो नाही. हॉस्पिटलमध्ये मी शेकडो लोकांना भेटत होतो. त्यांपैकी कधीही कुणीही तक्रार केली नाही. एकदाही नाही! त्यांनी देऊ केलेल्या सेवेचा त्यांना अभिमान होता. त्यांनी त्यांचं दैव स्वीकारलं

होतं. युनिटमध्ये परत जाऊन, मागे राहिलेल्यांबरोबर ते सामील होऊ इच्छित होते. ॲडम बेट्सच्या आधी आलेल्या साऱ्यांचं तो रूपक ठरला होता.

अफगाणिस्तानमधल्या त्या हॉस्पिटल भेटीनंतर वर्षभराने मी ७५ रेंजर रेजिमेंटल चेंज ऑफ कमांडमध्ये होतो. तिथल्या स्टँडमध्ये रेजर बेट्स होता. तो त्याच्या गणवेशात अतिशय नीटनेटका दिसत होता. त्याने नवीन प्रोस्थेटिक पाय बसवून घेतले होते. त्याच बलावर तो ताठ उभा होता. त्याने त्याच्या इतर रेंजर्सना पुलअप स्पर्धेचं आवाहन दिल्याचं मला ऐकू आलं. त्याच्यावर अनेक शस्त्रक्रिया झाल्या होत्या. त्याचं पुनर्वसन अत्यंत वेदनादायक होतं. नवीन आयुष्याशी त्याला जुळवून घ्यावं लागलं होतं- यादरम्यान त्याने कधीही सोडून दिलं नाही. तो हसत राहिला, विनोद सांगत राहिला, त्याने मला वचन दिल्याप्रमाणे तो खरोखरच ठीक होता!

आयुष्यात अनेकदा कठीण काळ येतो, परंतु तुमच्याहीपेक्षा विपरीत नशीब असणारं कुणीतरी असतंच. तुम्हाला ज्या पद्धतीने वागवलं जातं त्यापायी तुम्ही आयुष्यात कीव आणि दुःखच ओढवून घेतलंत, सतत आयुष्याबद्दल तक्रार करत राहिलात, परिस्थितीला किंवा इतर कोणाला किंवा कशालातरी दोष देत राहिलात, तर आयुष्य प्रदीर्घ आणि कठीण होईल. उलट, आपल्या स्वप्नांचा त्याग करायला नकार देत विपरीत परिस्थितीविरुद्ध ताठपणे आणि खंबीरपणे उभं राहण्याची हिंमत दाखवलीत तर आयुष्याला तुम्ही द्याल तसाच आकार मिळेल - तुम्ही तुमचं आयुष्य उत्तम करू शकता. कधीच, कधीच घंटा वाजवू नका!

लक्षात ठेवा... प्रत्येक दिवशी एखादं काम पूर्ण करून सुरुवात करा. कुणीतरी मदत करणारं शोधा. प्रत्येकाचा आदर करा. आयुष्य न्याय्य नसून तुम्ही बरेचदा अनुत्तीर्ण व्हाल हे लक्षात ठेवा. परंतु तुम्ही जर काही जोखीम

उचललीत, कठीण काळात पाऊल पुढे टाकलंत, टग्यांना तोंड दिलंत, तळागाळातल्यांना वर काढलंत आणि कधीही - कधीही सोडून दिलं नाहीत- तर तुम्ही तुमचं आयुष्य आणि कदाचित जगसुद्धा चांगल्यासाठी बदलवू शकाल!

युनिव्हर्सिटी ऑफ टेक्सास
आरंभीचं भाषण

१७ मे, २०१४

‘व्हॉट स्टार्ट्स हिअर, चेंजेस द वर्ल्ड!’ हे युनिव्हर्सिटीचं बोधवाक्य आहे. मला ते आवडलं आहे हे मान्य करायला हवं. ‘व्हॉट स्टार्ट्स हिअर, चेंजेस द वर्ल्ड!’ – इथे ज्याची सुरुवात होते त्याने जग बदलतं.

आजच्या संध्याकाळी, युनिव्हर्सिटी ऑफ टेक्सासमधून, जवळपास आठ हजार विद्यार्थी पदवीधर होत आहेत. आस्क.कॉम हा सगळ्यात महान विश्लेषक म्हणतो की, सर्वसामान्य अमेरिकन व्यक्ती तिच्या आयुष्यात दहा हजार लोकांना भेटते. बराच मोठा आकडा झाला हा. तरीसुद्धा, तुम्हा प्रत्येकाने केवळ दहा जणांचं आयुष्य जरी बदललं, आणि या दहांमधल्या प्रत्येकाने त्याच्या आयुष्यातल्या इतर दहा जणांचं आयुष्य बदललं तर – केवळ दहा आणि त्यानंतर केवळ पाच पिढ्यांमध्ये – एकशे पंचवीस वर्षांत – २०१४ सालच्या या वर्गाने ८०० दशलक्ष लोकांचं आयुष्य बदललेलं असेल.

आठशे दशलक्ष लोक. जरा विचार करा – युनायटेड स्टेट्सच्या लोकसंख्येच्या दुप्पट. एक पिढी आणखी पुढे जा म्हणजे तुम्ही या जगाच्या संपूर्ण लोकसंख्येचं – आठ दशकोटी लोकांचं जीवन बदललं असेल. दहा लोकांचं जीवन कायमसाठी बदलणं कठीण आहे असं तुम्हाला वाटत असेल तर तुम्ही चुकत आहात.

इराक आणि अफगाणिस्तानमध्ये मी दर दिवशी हे घडताना पाहिलं आहे. एखादा आर्मी अधिकारी बगदादच्या उजवीकडच्या रस्त्याने जाण्याऐवजी डावीकडे जाण्याचा निर्णय घेतो आणि त्याच्या तुकडीतले दहा सैनिक जवळून होणाऱ्या गोळीबारापासून वाचतात.

अफगाणिस्तानमधल्या कंदहार परगण्यात फिमेल एंगेजमेंट टीमच्या एका कमिशन प्राप्त नसलेल्या अधिकाऱ्याला काहीतरी चूक आहे अशी जाणीव होते. पाचशे पाउंड आयएडीपासून ती आपल्या जवानांची तुकडी दूर घेऊन जाते. दहाबारा सैनिकांचे प्राण वाचतात.

तुम्ही जर विचार केलात तर केवळ तेच सैनिक एका व्यक्तीच्या निर्णयाने वाचले नव्हते तर त्यांची अद्याप जन्माला न आलेली मुलंही वाचली होती. आणि नातवंडं. अनेक पिढ्या केवळ एका निर्णयाने, एका व्यक्तीमुळे वाचल्या होत्या.

परंतु जगाला बदलवणं कुठेही घडू शकतं, कुणीही ते घडवू शकतं. म्हणूनच, इथे जे काही सुरू होईल त्यामुळे जग बदलेल हे नक्की. प्रश्न असा आहे की, तुम्ही बदलल्यानंतर हे जग कसं दिसेल?

मला खात्री आहे की, ते अधिक चांगलं दिसेल, परंतु एक क्षणभर या ज्येष्ठ दर्यावर्दीला सहन केलंत, तर मी तुम्हाला काही सुचवू इच्छितो. त्यायोगे अधिक चांगल्या जगाच्या तुमच्या वाटेवर तुम्हाला मदत होऊ शकते. हे धडे मी सैनिक असतानाच्या काळात शिकलो आहे. तुम्ही सैनिक म्हणून एखाद दिवस जरी कार्य केलं नसलं तरी हे धडे तितकेच महत्त्वाचे आहेत असं मी तुम्हाला खात्रीशीर सांगतो.

तुम्ही स्त्री आहात की पुरुष, तुमचं मूळ काय, धर्म कोणता, पार्श्वभूमी कोणती, सामाजिक स्थान कोणतं या कशानेही फरक पडत नाही. या जगातला आपला संघर्ष समान आहे. या संघर्षावर मात करत पुढे चालणं समान आहे - स्वतःला बदलवणं आणि भोवतालच्या जगाला बदलवणं समान आहे - हे सारं सगळ्यांना लागू होतं.

छत्तीस वर्षं मी नेव्ही सीलमध्ये होतो. प्राथमिक सील ट्रेनिंग घेण्यासाठी यूटी सोडून कॅलिफोर्निया इथल्या कोरोनॅडोमध्ये मी गेलो तिथेच सुरुवात झाली. सीलचं मूलभूत प्रशिक्षण हे सहा महिने असतं. मऊसूत वाळूत दीर्घ अंतरावर धावत जाणं, मध्यरात्री सॅन डिएगोच्या बर्फासारख्या गार पाण्यात पोहणं, अडथळ्यांच्या शर्यती, अथक कॅलेस्थेनिक्स, झोपेशिवाय कैक सलग रात्री सतत थंडी, ओलावा आणि विपरीत परिस्थितीत राहणं, असं सारं त्यात असतं. मोठा छळवादी काळ असतो तो.

त्या सहा महिन्यांत व्यावसायिक स्तरावर प्रशिक्षित योद्ध्यांकडून सतत छळ केला जातो. शरीर-मनाने दुर्बल असणाऱ्यांना नेव्ही सील होऊ देण्यापासून कायमचं दूर केलं जातं. परंतु त्या प्रशिक्षणातून अशाही विद्यार्थ्यांचा शोध घेतला जातो जे सततचा ताण, गोंधळ, अपयश आणि खडतर श्रम सहन करू शकतील. माझ्यासाठी, मूलभूत सील प्रशिक्षण म्हणजे आयुष्यभराची आव्हानं सहा महिन्यांच्या कालावधीत कोंबलेला काळ होता.

सीलच्या त्या मूलभूत प्रशिक्षणात जे दहा धडे मी गिरवले ते इथे सांगतो. आयुष्यात पुढे जातांना तुमच्यासाठी ते अतिशय मौल्यवान ठरतील अशी आशा आहे.

मूलभूत सील प्रशिक्षण घेताना रोज सकाळी माझे प्रशिक्षक माझ्या बराकीतल्या खोलीत येत. ते सगळेच व्हिएतनामच्या युद्धात सहभागी झालेले वीर होते. सर्वप्रथम, ते पलंगाची तपासणी करत. अंथरूण जर नीट आवरलेलं असेल, कोपरे अगदी चौकोनी असतील, चादर नीट खोचलेली असेल, उशी बरोबर मध्यभागी असेल आणि जास्तीचं ब्लँकेट पायाशी नीट घडी घालून ठेवलेलं असेल, तर तुम्ही सगळं अगदी बरोबर केलं असं म्हणावं लागेल.

फार साधं आणि कंटाळवाणं काम होतं ते. तरीसुद्धा, आम्हाला आमचं अंथरूण रोज अगदी तंतोतत आवरावं लागेल. त्या वेळेस फार विचित्र वाटायचं ते. मुख्यतः, आम्ही खरे योद्धे, खंदे सील्स होऊ पाहत असताना तर नक्कीच. परंतु त्या साध्याशा कृतीमागची सुज्ञता मला आयुष्यात अनेकदा जाणवली आहे.

रोज सकाळी तुम्ही अंथरूण अगदी व्यवस्थित आवरलं की, दिवसाच्या सुरुवातीचं पहिलं काम तुम्ही पूर्णत्वाला नेता. तुम्हाला त्यातून अभिमानाची हलकीशी जाणीव होते. पुढचं काम करायला, अधिकाधिक कामं करायला तुम्हाला प्रोत्साहन मिळत राहतं. दिवसाच्या शेवटी, सुरुवातीला पूर्ण केलेल्या त्या कामातून अनेक कामं पूर्णत्वाला जातात. अंथरूण आवरण्यासारख्या छोट्याशा कृतीतून आपल्या मनात बिंबवलं जातं की, आयुष्यातल्या लहानसहान गोष्टी महत्त्वाच्या असतात.

तुम्ही जर लहान-सहान गोष्टी योग्य पद्धतीने करू शकला नाहीत, तर मोठ्या गोष्टी कधीच नीट करू शकणार नाही. समजा, तुमचा एखादा दिवस अगदी वाईट गेला असेल, तरी तुम्ही रात्री निजायला याल तेव्हा तुमचं अंथरूण आवरलेलं असेल. अशा आवरलेल्या अंथरुणामुळे उद्याचा दिवस अधिक चांगला असेल असं प्रोत्साहन तुम्हाला नक्की मिळेल.

तुम्हाला जर जग बदलायचं असेल तर तुमचं अंथरूण आवरायला लागून सुरुवात करा.

सील प्रशिक्षणादरम्यान विद्यार्थ्यांना बोटींमध्ये विभागलं जातं. प्रत्येक बोटीवर सात विद्यार्थी असतात. छोट्या रबरी बोटीच्या एका बाजूला दोन्ही बाजूंनी तिघं-तिघं बसतात. मधला त्या डिंगीला मार्गदर्शन करत राहतो. दर दिवशी, किनाऱ्यावर तुमचा चमू ठरतो. त्यानंतर, पाण्यात शिरून किनाऱ्याच्या बाजूने कैक मैल पेडल मारण्याची सूचना मिळते.

थंडीमध्ये, सॅन डिएगोच्या किनाऱ्यावर किमान आठ ते दहा फूट उंच लाटा उसळतात. जर सगळ्यांनी एका वेळेस रेटलं नाही तर त्यातून पेडल मारत पुढे जाणं कठीण होतं. मारलं जाणारं प्रत्येक पेडल समतोल असावं लागतं. त्यासाठी मधल्या माणसाच्या मोजणीअनुरूप काम करावं लागतं. प्रत्येकाला समान बल वापरावं लागतं. अन्यथा लाटांच्या तडाख्यात बोट उलटण्याची आणि पुन्हा किनाऱ्यावर फेकलं जाण्याची शक्यता असते. बोट जर तिच्या गंतव्य स्थानाला पोहोचवायची असेल, तर प्रत्येकाला पेडल मारावंच लागतं.

तुम्ही एकटे हे जग बदलू शकत नाही - तुम्हाला कुणाचीतरी मदत लागेल - आणि खरोखरच आरंभबिंदूपासून गंतव्य स्थानापर्यंत पोहोचण्यासाठी मित्रमैत्रिणी, सहकारी आणि परक्यांच्या शुभेच्छांची गरज असते. या जोडीने मधला खंबीर मार्गदर्शकही लागतो.

तुम्हाला जर जग बदलायचं असेल तर पेडल मारायला मदत करणारा कुणीतरी शोधा.

सीलच्या प्रशिक्षणातल्या त्या कठीण काळातले काही आठवडे संपले होते. सुरुवातीला दीडशे असलेले आम्ही आता केवळ बेचाळीस होतो. एकूण सहा बोटींवर प्रत्येकी सात जण होते. माझ्या बोटीत माझ्या जोडीला सगळे उंच होते. परंतु उंचीने कमी असलेल्या एका समूहाची बोट सर्वोत्तम होती. आम्ही त्यांना 'मंचकीन क्रू' असं म्हणत असू. त्यापैकी कुणीही पाच फूट पाच इंचांहून उंच नव्हतं.

त्या मंचकीन बोटीमध्ये एक अमेरिकन इंडियन, एक आफ्रिकन अमेरिकन, एक पोलिश अमेरिकन, एक ग्रीक अमेरिकन, एक इटालिअन अमेरिकन आणि मध्य पूर्वेची दोन जबरदस्त पोरं होती. इतर सर्व बोटींच्या पुढे त्यांची बोट असे. धावण्यात आणि पोहोण्यातही तेच अग्रेसर असत.

इतर सर्व 'मोठाड बोटकरी' त्यांच्या *इवल्या पायांवर* ते घालत असलेल्या *इवल्या स्लीपर्सची* मस्त मस्करी करत. पोहोण्यापूर्वी ती छोटी मंडळी पायात त्या छोट्या स्लीपर्स अडकवत. देशाच्याच नाही तर जगाच्या प्रत्येक कोपऱ्यातून आलेली ही छोटी मंडळी सगळं हसून साजरं करत, सगळ्यांहून जास्त वेगाने पोहत, आम्हा सर्वांपूर्वीच किनाऱ्यावर जाऊन पोहोचत.

सीलचं प्रशिक्षण म्हणजे समानतेचा मोठा घोट होतं. जिंकण्याच्या इच्छेपुढे तुमचा वर्ण, संस्कृती, शिक्षण किंवा सामाजिक दर्जा या कशालाही अर्थ नव्हता.

तुम्हाला जर जिंकायचं असेल तर, व्यक्तीचं मापन त्यांच्या स्लीपर्सच्या आकारावरून न करता त्यांच्या हृदयाच्या आकारावरून करा.

आठवड्यातून अनेकदा प्रशिक्षक आम्हाला एका रांगेत उभं करून आमच्या गणवेशांची बारकाईने तपासणी करत. व्यवस्थित, आपादमस्तक. आमची हॅट योग्य प्रकारे स्टार्च केलेली, गणवेश व्यवस्थित इस्त्री केलेला आणि बेल्टचे बक्कल चमकणं गरजेचं होतं. त्यावर कुठलाही डाग पडलेला चालत नसे.

हॅट स्टार्च करण्यात किंवा गणवेशाला इस्त्री करण्यात किंवा बेल्टच्या बक्कलला पॉलिश करण्यात कितीही श्रम घेतले तरी ते पुरेसे ठरत नसत. प्रशिक्षकांना सगळ्यात 'काहीतरी' दोष आढळे.

गणवेश तपासणीत अनुत्तीर्ण होणाऱ्या विद्यार्थ्याला अंगावरच्या पोशाखानिशी धावत जाऊन लाटांमध्ये उडी घ्यावी लागे. नखशिखान्त गच्च भिजल्यानंतर किनाऱ्यावर येऊन वाळूत लोळावं लागे. त्याच्या शरीराचा कणन्‌कण वाळूने माखला जावा लागे. या परिणामाला 'साखरेचं बिस्किट' म्हटलं जाई. अशा गणवेशात दिवसभर राहावं लागे. थंडगार, गच्च भिजलेल्या आणि वाळूने माखलेल्या अवस्थेत!

आपले सर्व प्रयत्न वाया जातात हे तथ्य स्वीकारणं अनेक विद्यार्थ्यांना जमत नसे. त्यांनी त्यांचा गणवेश कितीही व्यवस्थित ठेवण्याचा प्रयत्न केला तरी त्याचं कौतुक होत नसे. हे विद्यार्थी प्रशिक्षण पूर्ण करण्यात यशस्वी ठरत नसत. या विद्यार्थ्यांना ड्रिलचा हेतूच समजत नसे. आपण कधीही यशस्वी होणार नसतो. आपला गणवेश कधीही परिपूर्ण ठरणार नसतो.

कधीकधी, आपण कितीही व्यवस्थित तयारी केली किंवा सादरीकरण केलं, तरी सरतेशेवटी आपण 'साखरेचं बिस्किट' होऊन राहतो. आयुष्य बरेचदा नेमकं असंच असतं.

तुम्हाला जर जग बदलायचं असेल तर आपल्याला साखरेचं बिस्किट व्हावं लागलं आहे यातून बाहेर येत पुढे जात राहा.

दरदिवशी, प्रशिक्षणानंतर आमच्या समोर शारीरिक कवायतींचे अनेक प्रकार येत. दूरवर धावत जाणं, दीर्घ पल्ल्याचं पोहोणं, अडथळ्यांची शर्यत, तासन्‌तास कॅलेस्थेनिक्स; आमचं जिगर तपासण्यासाठी रचलेले सर्व सराव होते ते.

प्रत्येक प्रकाराची प्रमाणकं निश्चित होती - कालमर्यादा पाळावी लागे. ही प्रमाणकं गाठण्यात अपयश आलं की आमचं नाव यादीत जाई. दिवसाच्या शेवटी या यादीतल्या सगळ्यांना सर्कसमध्ये टाकलं जाई.

सर्कस म्हणजे दोन तास जास्तीचे कॅलेस्थेनिक्स करणं. त्यातून अतोनात थकवा आणणं, आमची मानसिकता भंग करणं आणि आम्हाला सोडून जायला भाग पाडणं यासाठी सर्कस विशेषतः रचली होती. कोणालाच सर्कस नको असे. सर्कस हे त्या दिवशी आपण कसोटीला न उतरल्याचं प्रमाण असे. सर्कस म्हणजे अधिक थकवा, अधिक थकवा म्हणजे दुसऱ्या दिवशी सगळं पूर्ण करणं अधिक कठीण - म्हणजेच पुढे आणखीन सर्कशी.

सील प्रशिक्षणादरम्यान प्रत्येक जण – अगदी प्रत्येक जण – एकदातरी सर्कस यादीत येत असे. जे सातत्याने त्या यादीत येत त्यांच्या बाबत काही रंजक गोष्टी घडत. जे विद्यार्थी कॅलेस्थेनिक्सचे दोन तास जास्तीचे करत ते कालांतराने अधिकाधिक मजबूत होऊ लागत. सर्कसच्या वेदनांपायी आंतरिक कणखरता वाढे, शारीरिक लवचिकता अधिक चांगल्या प्रकारे विकसित होई.

आयुष्य अशाच सर्कशींनी भरलेलं आहे. तुम्ही अनुत्तीर्ण व्हाल. तुम्ही बरेचदा अनुत्तीर्ण होऊ शकाल. ते वेदनादायक असेल. ते नैराश्यजनक असेल. कित्येकदा तुमच्या गाभ्याची चाचणी होईल.

तुम्हाला जर जग बदलायचं असेल तर सर्कशीला घाबरू नका.

आठवड्यातून किमान दोनदातरी सगळ्या प्रशिक्षणार्थींना अडथळ्यांची शर्यत पूर्ण करावी लागे. यामध्ये पंचवीस अडथळे होते. त्यातच एक दहा फुटी भिंत, तीस फुटांचं कार्गो नेट आणि काटेरी कुंपणातून पुढे जाणं हे प्रकार होते.

यातला सगळ्यात आव्हानात्मक अडथळा होता 'स्लाइड फॉर लाइफ'. एका बाजूला तीन स्तरांचा तीस फुटी टॉवर, तर दुसऱ्या बाजूला एका मजल्याचा टॉवर होता. त्या दोन्हींमध्ये शंभर फूट लांब दोरी बांधलेली होती.

तीन मजल्याच्या टॉवरवर चढावं लागे. वरती पोहोचल्यावर दोरी धरून तिच्या आधारे लटकत पलीकडच्या टोकाला जावं लागे. माझ्या वर्गाने १९७७मध्ये प्रशिक्षण सुरू केलं तेव्हा अडथळ्याच्या अभ्यासक्रमाचं रेकॉर्ड कैक वर्षांत मोडलं गेलं नव्हतं. एक दिवस एका विद्यार्थ्याने स्लाइड फॉर लाइफवरून आधी डोकं मग पाय अशा अवस्थेत जायचं ठरवलं – त्या दिवशी रेकॉर्ड मोडलं गेलं.

नेहमीप्रमाणे दोरीवर खालच्या बाजूने लटकून एकेक पाऊल पुढे सरकण्याऐवजी दोरीवर आरूढ होत त्याने स्वतःला समोरच्या दिशेने ढकलून दिलं. फार धोकादायक होता तो प्रकार. जरा मूर्खासारखाच. अतिशय जोखीमयुक्त. अपयश म्हणजे इजा आणि प्रशिक्षणातून हकालपट्टी. जराही न चाचरता तो विद्यार्थी त्या दोरीवरून सरसर पुढच्या दिशेने घसरत राहिला.

त्या प्रकारात अंतर कापायला जी अनेक मिनिटं लागायची त्याच्या निम्म्या वेळात तो पोहोचला. अभ्यासक्रमाच्या शेवटी त्याने रेकॉर्ड मोडलं होतं.

तुम्हाला जर जग बदलायचं असेल तर कधीकधी तुम्हाला अडथळा पार करताना आधी डोकं मग पाय या स्थितीत पुढे व्हावं लागेल.

प्रशिक्षणाच्या जमिनीवरच्या युद्धाच्या टप्प्यात विद्यार्थ्यांना सॅन क्लेमेंट आयलंडवर नेलं जायचं. सॅन डिएगोच्या किनाऱ्यापलीकडे होतं ते. सॅन क्लेमेंटच्या पाण्यात ग्रेट व्हाइट शार्क्स होते. सील प्रशिक्षण पूर्ण करण्यासाठी लांब पल्ल्याचं पोहणं पूर्ण करावं लागे. त्यातलाच एक प्रकार म्हणजे रात्री पोहणं.

पोहायला सुरुवात करण्यापूर्वी प्रशिक्षक आम्हाला अगदी आनंदाने सॅन क्लेमेंटच्या पाण्यात वास्तव्य करणाऱ्या शार्कच्या जातींबद्दल सांगत. ते खात्री देत की, शार्कने कुठल्याही विद्यार्थ्याचा चावा घेतला नव्हता – निदान अलीकडे तरी नाही.

मात्र आम्हाला असंही सांगितलं जाई की, आपण ज्या स्थानी असतो तिथे एखादा शार्क घिरट्या घालू लागला की, आपण खंबीर व्हायचं असतं. आटापिटा करत तिथून पोहत दूर जायचं नसतं. भेदरल्यागत वागायचं नसतं. समजा, मध्यरात्री भुकेने खवळलेला एखादा शार्क आपल्या दिशेने येऊ लागला – तर सगळी ताकद एकवटून त्याच्या नाकावर ठोसा लगावायचा असतो जेणेकरून तो वळून दूर निघून जाईल.

या जगात अनेक शार्क असतात. तुम्हाला जर तुमचं पोहणं पूर्ण करण्याची इच्छा असेल तर तुम्हाला त्या शार्कचा सामना करावाच लागेल.

तुम्हाला जर जग बदलायचं असेल तर शार्कला पाठ दाखवू नका.

शत्रूच्या जहाजांवर पाण्याखालून हल्ला करणं हा नेव्ही सीलसमधल्या आमच्या कामाचा एक भाग होता. मूलभूत प्रशिक्षणादरम्यान आम्ही या तंत्राचा अतिशय जास्त सराव केला होता. जहाजावर हल्ला करण्याच्या मिशनमध्ये

दोन सील डायव्हर्स जोडीने निघतात. त्यांना शत्रूच्या बंदराबाहेर सोडलं जातं. तिथून, पाण्याखालून दोन मैल पोहत जावं लागतं. टार्गेटपर्यंत पोहोचण्यासाठी समुद्राची खोली मोजणारं उपकरण आणि कंपास याव्यतिरिक्त त्या जोडीकडे काहीही नसतं.

तसं पोहताना, पाण्यात खोलवरसुद्धा थोडाफार प्रकाश येत असतो. आपल्यावरती मोकळं पाणी आहे याची जाणीव आश्वासक असते. मात्र, आपण जसे बंदरात नांगरलेल्या जहाजाकडे येऊ लागतो तसा तो प्रकाश कमी होऊ लागतो. स्टीलच्या बांधणीच्या त्या जहाजामुळे चंद्रप्रकाश अडवला जातो. रस्त्यावरच्या दिव्यांचा प्रकाश अडवला जातो. भोवतालचा सर्व प्रकाशही अडवला जातो.

मिशनमध्ये यश मिळवण्यासाठी आम्हाला जहाजाच्या खाली पोहत जाऊन त्याचा कणा, मधली रेष म्हणजेच जहाजाचा सगळ्यात खोलवरचा भाग शोधावा लागेल. हेच आमचं उद्दिष्ट असे. नेमकं, जहाजाचा हा कणाच त्याचा सर्वांत अंधकारमय भाग असतो. चेहऱ्यासमोर स्वतःचा हात जरी आणला तरी दिसत नसतं. जहाजातल्या यंत्रसामग्रीचा आवाज कानठळ्या बसवत असतो. या पार्श्वभूमीवर लक्ष विचलित होऊन अपयश येणं अगदी सोपं असतं.

प्रत्येक सीलला ठाऊक असतं की, जहाजाच्या कण्याखाली, मिशनचा सगळ्यात अंधकारमय क्षण असून याच वेळेस आपल्याला अतिशय शांत आणि स्वस्थचित्त राहणं आवश्यक आहे, इथेच आपली लढण्याची कौशल्यं, शारीरिक सामर्थ्य आणि आंतरिक सामर्थ्य पणाला लागणार आहे.

तुम्हाला जर जग बदलायचं असेल तर सर्वाधिक अंधकारमय क्षणी तुम्हाला तुमचं सर्वोत्तम ते दाखवायला हवं.

प्रशिक्षणाच्या नवव्या आठवड्याला 'हेल वीक' म्हटलं जातं. सलग सहा दिवस झोपेशिवाय सातत्याने शारीरिक आणि मानसिक छळ सहन करावा लागतो. त्यातला एका दिवस हा केवळ चिखलात घालवावा लागतो. हा

चिखलाचा भाग सॅन डिएगो आणि तिजुआना यादरम्यान आहे. वाहत्या पाण्यामुळे तिजुआना इथे पाणी येऊन जमा होतं. त्यातूनच दलदलीचा भाग निर्माण होतो. ती दलदल आपल्याला गिळंकृत करते.

'हेल वीक'च्या बुधवारी आपल्याला त्या चिखलात पुढचे पंधरा तास हाडं गोठवणारी थंडी, भणाणलेलं वारं आणि सोडून जाण्यासाठी प्रशिक्षकाकडून येणारा सततचा दाब या सगळ्याला तोंड देत घालवावे लागतात.

बुधवारच्या संध्याकाळी सूर्यास्त होऊ लागला, तेव्हा माझ्या प्रशिक्षण वर्गाने काहीतरी 'नियमबाह्य वर्तन' केल्याने आम्हाला चिखलात उतरण्याचा हुकूम झाला. त्या चिखलाने आम्हा प्रत्येकाला अगदी मानेपर्यंत गिळंकृत केलं. आमच्यातले फक्त पाच जण जरी सोडून गेले तरी आम्हा सगळ्यांना त्या चिखलातून बाहेर पडता येईल असं प्रलोभन प्रशिक्षकांनी आम्हाला दाखवलं – फक्त पाच माणसं बाहेर पडले असते तर आम्ही त्या असह्य गारठ्यातून बाहेर पडू शकलो असतो.

सभोवार पाहताच काही विद्यार्थी सोडून देण्याच्या मनःस्थितीत असल्याचं माझ्या लक्षात आलं. सूर्योदयाला किमान आठ तास होते, म्हणजेच अजून आठ तास तरी आम्हाला त्या हाडं गोठवणाऱ्या थंडीत थांबावं लागणार होतं. आमचे दात कडकड वाजत होते. आम्ही थरथरत होतो. त्या आवाजापुढे इतर काहीही ऐकू येत नव्हतं. अशातच, रात्रीच्या त्या भयाण अंधारातून एकाचा आवाज उमटला, त्याने गायला सुरुवात केली. ते गाणं अतिशय बेसूर होतं पण त्यामागचा उत्साह उदंड होता. एका आवाजाला दुसऱ्या, मग तिसऱ्या, मग चौथ्या आवाजाची जोड मिळाली. अवघ्या काही क्षणांत संपूर्ण वर्ग एकत्र गाऊ लागला.

आम्हाला हे ठाऊक होतं की, एक प्रशिक्षणार्थी जर त्या सगळ्या हालअपेष्टांतून बाहेर येऊ शकला तर बाकीचेही येऊ शकतील. आमच्या प्रशिक्षकांनी आम्हाला धमकावलं की, आम्ही जर गात राहिलो तर आमचा चिखलातला कालावधी अजून वाढवण्यात येईल; तरीसुद्धा आम्ही गात राहिलो. कसं कोण जाणे, पण तो चिखल आम्हाला थोडा उबदार वाटू लागला, वारं थोडंसं पडल्यासारखं वाटू लागलं, पहाट फार दूर नाही असंही वाटलं.

जगभर प्रवास करताना मी जर काही शिकलो असेन तर आशेचं सामर्थ्य. एका माणसाचं, एका वॉशिंग्टनचं, लिंकनचं, किंगचं, मंडेलाचं आणि पाकिस्तानची तरुणी मलालाचं सामर्थ्य. लोकांना आशा प्रदान करत एखादी व्यक्ती संपूर्ण जग बदलू शकते.

तुम्हाला जर जग बदलायचं असेल तर मानेपर्यंत चिखलात रुतलेले असाल तेव्हा गायला सुरुवात करा.

सरतेशेवटी.... सील प्रशिक्षणात एक मोठी पितळी घंटा असते. आवारात मध्यभागी ती सर्व विद्यार्थ्यांना दिसेल अशा पद्धतीने लटकवलेली असते. तुम्हाला जर प्रशिक्षण सोडून जायचं असेल तर ती घंटा तेवढी वाजवावी लागते. एकदा ती वाजवली की, तिथून पुढे पहाटे पाच वाजता उठण्याची गरज नसते. ती वाजवली की गोठवणाऱ्या पाण्यात पोहायची गरज नसते. ती वाजवली की धावण्याचे मैल, अडथळ्यांच्या शर्यती, पी.टी. असं कुठलंही कठोर प्रशिक्षण पूर्ण करण्याची गरज उरत नाही.

फक्त घंटा तेवढी वाजवा.

तुम्हाला जर जग बदलायचं असेल तर घंटा, कधीच, कधीही वाजवू नका.

२०१४ साली पदवीधर होणाऱ्या वर्गाला मी सांगू इच्छितो की, पदवीधर होण्यापासून तुम्ही अवघे काही क्षण दूर आहात. आयुष्याचा प्रवास सुरू करण्यापासून अवघे काही क्षण दूर. हे जग चांगल्यासाठी बदलण्यापासून अवघे काही क्षण दूर. हे सोपं नसेल.

प्रत्येक दिवसाच्या सुरुवातीला एक काम पूर्ण करा. आयुष्यात मदत करणारं कुणीतरी शोधा. प्रत्येकाचा आदर करा. आयुष्य न्याय्य नाही, तुम्ही अनेकदा अपयशी ठराल, परंतु जर काही जोखीम उचललीत तर जेव्हा काळ सर्वाधिक कठीण असतो तेव्हा पुढचं पाऊल टाका, धटिंगणांचा सामना करा, तळागाळातल्यांना वर काढा आणि कधीही, कधीही माघार

घेऊ नका... तुम्ही जर हे सारं केलंत तर पुढच्या आणि त्यानंतरच्या अनेक पिढ्यांना आजच्यापेक्षा अधिक चांगल्या जगात राहता येईल. आज इथे ज्याची सुरुवात होईल त्यामुळे जग खरोखरच चांगल्यासाठी बदलेल.

तुम्हा सगळ्यांचा आभारी आहे. चला, पुढे व्हा आणि सगळ्यांना झपाटून टाका.

आभार

माझी संपादक जेमी रॅब हिने दाखवलेल्या संयम आणि समजूतदारपणासाठी मी तिचे आभार मानू इच्छितो. जेमी, तू एक अतिशय सुंदर पुस्तक समोर आणलं आहे जे काळाच्या कसोटीवर उतरेल याची मला खात्री आहे. या पुस्तकात उल्लेख करू देण्यासाठी ज्या मित्रांनी मला अनुमती दिली त्या सर्वांचा मी आभारी आहे. अत्यंत विपरीत परिस्थितीमध्ये तुम्ही जे धैर्य दाखवलंत त्यामुळे मला किती प्रेरणा मिळाली हे मी तुम्हाला कधीच सांगू शकणार नाही.

लेखक परिचय

ॲडमिरल विल्यम एच. मॅकरेव्हन (निवृत्त यू.एस.नेव्ही अधिकारी) यांनी नेव्हीमध्ये अतिशय अनोखी कामगिरी केली. नेव्ही सील म्हणून ३७ वर्षांच्या कारकिर्दीत त्यांनी प्रत्येक पातळीवर नेतृत्व केलं. ४-स्टार ॲडमिरल असताना ते सर्व यू.एस. स्पेशल ऑपरेशन्स फोर्सेसचे कमांडर म्हणून निवृत्त झाले. आता ते युनिव्हर्सिटी ऑफ टेक्सास सिस्टिमचे चान्सलर आहेत.

अनुवादक परिचय

डॉ. शुचिता नांदापूरकर-फडके या गेली कित्येक वर्षे अनुवाद, संपादन, काव्यलेखन अशा क्षेत्रांत सर्वथैव कार्यरत आहेत. त्यांनी आजवर अनेक इंग्लिश पुस्तकांचा सुरस आणि सरस अनुवाद केला असून, यात आत्मचरित्र, पौराणिक, तत्त्वज्ञान, विधी, तांत्रिक, शैक्षणिक, पाककृती, वैद्यकीय अशा विविध विषयांवरील पुस्तकांचा समावेश आहे.

नित्यनवीन काही आत्मसात करणं आणि शब्दांवरच्या प्रेमातून कविता करणं हे त्यांचे छंद आहेत. वाचनाची दांडगी आवड असलेल्या डॉ. शुचिता नांदापूरकर-फडके यांनी मानसशास्त्रात पदव्युत्तर शिक्षण घेतले असून त्या समुपदेशक म्हणूनही काम करतात. कॅन्सरग्रस्त रूग्णांसाठी त्यांनी समुपदेशक म्हणून काम केले असून व्हॉइस ओव्हर आर्टिस्ट म्हणूनही त्यांनी काम केले आहे. प्री-स्कूल उभारणीच्या कार्याचा त्यांना अनुभव असून शालेय अभ्यासक्रमाची रचना करण्यात त्यांना स्वारस्य आहे.

अनुवादशास्त्र मांडणी आणि व्यवस्थापन या विषयांत त्यांनी पीएच. डी. केली आहे.